கதைகளில் ஒளிரும் வாழ்க்கை

(சாகித்ய அகாடமி விருதுபெற்ற 20 படைப்புகளும்,
அதன் வழியே வெளிப்படும் வாழ்க்கை தரிசனங்களும்)

சுகுமாரன்

டிஸ்கவரி பப்ளிகேஷன்ஸ்

எண்: 9, பிளாட் எண்: 1080A, ரோஹிணி பிளாட்ஸ்
முனுசாமி சாலை, கே.கே.நகர் மேற்கு,
சென்னை - 600 078. பேச: 99404 46650

வெளியீட்டு எண்: 0444

கதைகளில் ஒளிரும் வாழ்க்கை (கட்டுரை)

ஆசிரியர்: சுகுமாரன்©

Kathaigalil Olirum Vaalkkai **(Essays)**

Author: Sukumaran©

Print in India

1st Edition : April - 2025

ISBN: 978-93-49113-48-0

Pages - 144

Rs.180

Publisher • Sales Rights

Discovery Publications
No. 9, Plot,1080A, Rohini Flats,
Munusamy Salai,
K.K.Nagar West, Chennai - 78.
Tamilnadu, India.
Mobile: +91 99404 46650

Discovery Book Palace (P) Ltd
No. 1055-B, Munusamy Salai,
K.K.Nagar West,
Chennai-600 078.
Mobile: +91 87545 07070

discoverybookpalace@gmail.com / www.discoverybookpalace.com

இந்த நூலில் பிரசுரமாகியுள்ள எந்த ஒரு பகுதியையும் எழுத்துபூர்வமான முன்அனுமதி பெறாமல் எடுத்தாள்வதோ, மறுபிரசுரம் செய்வதோ, மொழியாக்கம் செய்வதோ, ஊடகங்களில் மறுபதிப்புச் செய்வதோ, காப்புரிமைச் சட்டப்படி தடை செய்யப்பட்டுள்ளது. இந்த நூலிலிருந்து சில பகுதிகளை மேற்கோள்காட்டி நூல்அறிமுகம் செய்யலாம்.

உங்கள் மொபைல் போனிலிருந்து ஸ்கேன் செய்து 'டிஸ்கவரி புக் பேலஸ்' மொபைல் ஆப்பை டவுன்லோடு செய்து, புத்தகங்களை வாங்குங்கள்.

சுகுமாரன்

தொடக்கப்பள்ளித் தலைமையாசிரியர் (ஓய்வு). பெரியோருக்கும் சிறார்களுக்குமாக இதுவரை 72 நூல்கள் எழுதியுள்ளார். பபாசியின் அழ.வள்ளியப்பா விருதும், தமிழ் வளர்ச்சித் துறையின் மொழிபெயர்ப்பாளர் விருதும் பெற்றவர்.

அணிந்துரை

கலங்கரை விளக்கம்
எழுத்தாளர் பாவண்ணன்

எங்கள் வீட்டுக்கு அருகில் அழகானதொரு ஏரி இருக்கிறது. ஏரியை ஒட்டி நடப்பதற்கு ஏற்ற வகையில் செப்பனிடப்பட்ட நீண்ட நடைபாதையில் நடப்பது இன்பமளிக்கும் அனுபவம்.

ஒருசில நாட்களில் பத்து, பதினைந்து இளைஞர்களும் இளம்பெண்களும் சூழ நடுவில் நின்றபடி ஒரு பெரியவர் ஏரிக்கரையில் நடந்துகொண்டிருக்கும் கால்நீண்ட நாரைகளையோ அல்லது தண்ணீரில் நீந்திக்கொண்டிருக்கும் நீர்க்காகங்களையோ அல்லது தண்ணீர்ப்பரப்பின் மீது வட்டமடித்துப் பறக்கும் கழுகுகளையோ சுட்டிக்காட்டி ஏதாவது சொல்லிக்கொண்டிருப்பார். சிறிது நேரம் அவர்களுக்கு அருகில் நின்று அவர் சொல்வதைக் கேட்பேன். குறிப்பிட்ட பறவையின் தோற்றம், வளர்ச்சி, உணவு, வாழ்க்கைமுறை, ஆயுள் போன்ற தகவல்களையெல்லாம் இணைத்து ஒரு கதையைப்போலச் சொல்வார். ஏற்கெனவே நாம் அறிந்த தகவல்களாக இருந்தாலும் கூட, அவர் சொல்வதைக் கேட்பதற்கு சுவாரசியமாக இருக்கும். சில சமயங்களில் அவர் சொல்லும் தகவல்கள் எல்லாமே புதியவையாக இருக்கும்.

ஒருநாள் அவர் ஓர் இலுப்பை மரத்தடியில் நின்றபடி, அருகிலிருந்த பூவரசமரத்தின் கிளையின் பக்கமாகச் சுட்டிக்காட்டி, "அதோ பாருங்க. அதுதான் பூங்கொத்திக்குருவி. நாம எல்லாருமே சிட்டுக்குருவிதான் அளவுல சின்னக் குருவின்னு நெனச்சிட்டிருப்போம். அதைவிடவும் சின்னகுருவி இந்தப் பூங்கொத்திக்குருவி. பூக்கறதுக்கு முந்திய கட்டத்துல இருக்கற மொட்டுகளை ரொம்ப விரும்பித் தின்னுற குருவி. அங்க பாருங்க. அதுங்க மொட்டுகளைக் கொத்தித் தின்னுற அழகை இன்னைக்குப் பூரா பார்த்துட்டே இருக்கலாம்" என்று பரவசத்துடன்

சொல்லிக்கொண்டிருந்தார். அதே நேரத்தில் தம்மிடம் இருந்த புகைப்படக்கருவியில் வெவ்வேறு கோணங்களில் அவற்றைப் படம் பிடித்துக்கொண்டிருந்தார். அவர் சுட்டிக்காட்டிய திசையில் பார்த்த இளைஞர்கள் கூட்டமும் "ஆமாம் சார், ஆமாம் சார்" என்று உற்சாகத்துடன் குரல்கொடுத்தார்கள். சிலர் தம்மிடம் இருந்த தொலைநோக்கி வழியாகப் பார்த்து ரசித்தார்கள். சிலர் தத்தம் கைப்பேசியை உயர்த்திப் படம் பிடிக்கத் தொடங்கினர்.

அவர்கள் உற்சாகத்தைக் கேட்டதும் எனக்கும் அந்தக் குருவியைப் பார்க்கும் ஆவல் எழுந்தது. நானும் அந்த மரத்தின் திசையில் வேகமாகத் திரும்பி ஒவ்வொரு கிளையாகத் தேடினேன். என் கண்களுக்கு அந்தக் குருவி தென்படவே இல்லை. எனக்குக் கொஞ்சம் பார்வைக்குறைபாடு உண்டு. படிப்பதற்குக் கண்ணாடி வேண்டும். ஆனால் பார்ப்பதற்குத் தேவையில்லை. சமாளித்துவிடுவேன். ஆயினும் ஒரு குறிப்பிட்ட தொலைவுக்கு அப்பால் இருப்பது தெரியாது. குருவி அமர்ந்திருந்த கிளையை என்னால் பார்க்கவே முடியவில்லை. அதன் அசைவைக்கூட என்னால் பார்க்கமுடியவில்லை. என்னைச் சுற்றி நின்றவர்கள் அனைவரும் ஆரவாரத்தோடும் ஆனந்தத்தோடும் அக்குருவியைப் பார்த்துக் கொண்டாடிய வேளையில் நான் ஏமாற்றத்தோடு நின்றிருந்தேன். தொடர்ந்து அந்த இடத்தில் நின்றிருக்க சங்கடமாக இருந்ததால், உடனே அங்கிருந்து கிளம்பிவிட்டேன்.

அடுத்தநாள் வரை காத்திருக்க எனக்குப் பொறுமையில்லை. வீட்டுக்குத் திரும்பிய வேகத்தில் கண்ணாடியை எடுத்துக்கொண்டு மீண்டும் அந்த மரத்தடியை நோக்கிச் சென்றேன். இளைஞர்கள் கூட்டம் போய்விட்டிருந்தது. யாருமே இல்லை. நடமாட்டம் குறைந்துவிட்ட அந்த இடத்தில் நின்றபடி, கண்ணாடியை அணிந்து கொண்டு அதே பூவரச மரக்கிளையைப் பார்த்தேன். கிளையின் மரப்பட்டைகள் வரை காட்சிகள் துல்லியமாகத் தெரிந்தன. ஆனால் அந்தக் குருவியைத்தான் பார்க்கமுடியவில்லை.

ஆயினும் மனம் தளராமல் அந்த வரிசையில் நின்றிருந்த ஒவ்வொரு பூவரச மரத்தடியிலும் நின்று நின்று பார்த்தபடி நடந்தேன். மூன்றாவது மரத்தின் கிளையில் பூமொட்டுகளைக் கொத்தும் அந்தக் குருவிகளைப் பார்த்தேன். அணில்குஞ்சு நிறத்தில் இருந்தது அக்குருவி. பார்ப்பதற்கு ஒரு பலாச்சுளையின் அளவுக்கு சின்னஞ்சிறியதாக

இருந்தது. உள்ளங்கைக்குள் வைத்து மூடிக்கொள்ளலாம் போல இருந்தது. மிளகு மாதிரியான அதன் கண்களும் அவை சுழலும் வேகமும் ஆச்சரியத்தில் மூழ்கவைத்தன. அந்தக் காட்சி அன்றைய தினம் நான் துய்த்த பேரனுபவம்.

அந்த இன்பத்தில் திளைத்தபடி கண்ணாடியை எடுக்காமலேயே தொடர்ந்து ஒவ்வொரு மரமாக நின்றுநின்று பார்த்தபடி சென்றேன். வழக்கமாக நான் பார்த்தபடி கடந்துபோகும் அதே மரங்கள். அதே செடிகள். அதே பூக்கள். அதே பறவைகள். ஆனால் எல்லாமே அன்று எனக்குப் புதியவையாக, வேறு விதமாக, பொலிவோடு காட்சியளித்தன.

ஒரு கண்ணாடி, அன்று என்னைச் சுற்றியிருந்த உலகத்தின் வண்ணமயமான கோலத்தையும் அதுவரை பார்த்தே இராத பூங்கொத்திக்குருவியையும் பார்க்கவைத்துவிட்டது. ஒருவேளை, எதுவாக இருந்தால் என்ன, நடக்கும்போது கண்ணாடி அணியவேண்டாம் என்ற பிடிவாதத்தோடு நான் கடந்துபோயிருந்தால், அன்று எனக்குக் கிடைத்த அரிய அனுபவத்தை நான் தவறவிட்டிருப்பேன். பிடிவாதத்தை மூட்டைகட்டி வைத்துவிட்டு, கண்ணாடியோடு வந்ததால் நல்லதொரு காட்சியனுபவத்தில் திளைக்கும் நற்பேறு வாய்த்தது.

இந்த அனுபவத்தை, ஒரு கட்டுரைத்தொகுதிக்காக எழுதப்படுகிற இந்த முன்னுரையில் நீட்டிச் சொல்வதற்கு ஒரு காரணம் இருக்கிறது. நண்பர் சுகுமாரன் பல ஆண்டு கால வாசிப்பனுபவம் உள்ளவர். தொடர்ச்சியான தன் வாசிப்பனுபவத்தின் அடிப்படையில் படைப்புகளில் பிரதிபலிக்கும் வாழ்க்கையம்சங்களைத் தொட்டுக் காட்டி வாழ்க்கைக்கும் இலக்கியத்துக்கும் இடையில் நிலவும் உறவை உணர்த்தும் வகையில் இத்தொகுதியில் இருக்கும் கட்டுரைகளை எழுதியிருக்கிறார். ஒரு பொது வாசகருக்கு இதுபோன்ற குறிப்புகள் மிக முக்கியம். ஒரு வழிகாட்டியாக இவை அமைந்து வாசிப்பை மேம்படுத்திக்கொள்ள உதவும். நேரடிப் பார்வைக்குத் தெரியாத குருவியை கண்ணாடி அணிந்த பிறகு எனக்குப் பார்க்கவாய்த்ததைப்போல, நேரடி வாசிப்பில் தென்படாத அம்சங்களை, கண்டுணர முடியாத மானுட நெருக்கடிகளை அறிவதற்கும் உணர்வதற்கும் இந்த வாசிப்பு உதவியாக இருக்கும். இது ஒரு நல்ல வழிகாட்டி நூல்.

சுகுமாரன் தனக்குத்தானே ஒரு விதியை வகுத்துக்கொண்டு இந்தக் கட்டுரைகளை எழுதியிருக்கிறார். சாகித்திய அகாதமி விருது பெற்ற

படைப்புகளை முன்வைத்து எழுதுவது என்பதுதான் அவ்விதி. சாகித்திய அகாதமி விருது என்பது இந்தியாவில் இலக்கியத்துக்காக வழங்கப்படுகிற முதன்மையான விருதாகும். ஒவ்வொரு ஆண்டும் ஒரு மொழியில் வெளியாகும் மிகச்சிறந்த ஒரு படைப்பு தேர்ந்தெடுக்கப்பட்டு விருது வழங்கப்படுகிறது. பெரும்பாலும் கவிதை, நாவல், சிறுகதை என படைப்பிலக்கியம் சார்ந்த நூல்கள் தேர்வாகின்றன. சிற்சில சமயங்களில் ஆய்வுநூல்களும் கட்டுரை நூல்களும் தேர்வாகின்றன.

1955ஆம் ஆண்டு முதல் சாகித்திய அகாதமி விருதுகள் வழங்கப்பட்டுவருகின்றன. ஏறத்தாழ எழுபது ஆண்டு காலமாக விருது பெற்ற படைப்புகளிலிருந்து, தன் ரசனையின் அடிப்படையில் இருபது புத்தகங்களை மட்டும் தேர்ந்தெடுத்து, அவற்றில் வெளிப்படும் வாழ்க்கையின் தரிசனங்களைத் தொகுத்து எழுதியிருக்கிறார் சுகுமாரன். மு.வரதராசன், நா.பார்த்தசாரதி, ஜெயகாந்தன், ராஜம் கிருஷ்ணன், தி.ஜானகிராமன், கி.ராஜநாராயணன் போன்ற மூத்த தலைமுறையினரிடமிருந்து தொடங்கி எஸ்.ராமகிருஷ்ணன், இமையம், தேவிபாரதி போன்ற இப்போதைய தலைமுறையினர் வரை இப்பட்டியலில் இடம்பெற்றிருக்கின்றனர். தமிழ்ப்படைப்புகளின் வலிமையை உணர்ந்து, படைப்புகளைத் தேடியெடுத்து ஊன்றிப் படிக்கும் ஆர்வத்தை பொது வாசகர்களிடையில் இத்தொகுதி உருவாக்கும்.

கி.ராஜநாராயணனின் படைப்பாக்கத்தில் உருவான நாவல் கோபல்லபுரத்து மக்கள். இந்தியா எங்கும் பரவிய சுதந்திரப்போராட்ட எழுச்சி கோபல்லபுரம் என்னும் கிராமத்தில் ஏற்படுத்திய விளைவுகளின் பதிவாக இந்நாவல் விளங்குகிறது. அதன் முக்கிய அம்சங்களைத் தன் கட்டுரையில் தொட்டுக்காட்டி எழுதியிருக்கிறார் சுகுமாரன். அந்த நாவலை இன்னும் ஆழமாகப் புரிந்துகொள்ள இந்த நாவலுக்கு முன்பாக இதே நாவலாசிரியர் கி.ராஜநாராயணன் எழுதிய கோபல்லபுரம் என்னும் நாவலையும் மூன்றாவதாக எழுதிய அந்தமான் நாயக்கர் என்னும் நாவலையும் இணைத்துப் படிக்கும் எண்ணத்தையும் விதைக்கிறார் சுகுமாரன்.

தெலுங்கைத் தாய்மொழியாகக் கொண்ட ஒரு குடியினர் ஆந்திராவின் ஒரு பகுதியிலிருந்து இஸ்லாமியரின் பிடியில் சிக்காமல் இருப்பதற்காகவும் தம் குடும்பத்துப் பெண்மக்களின் மானத்தைக் காப்பாற்றிக்கொள்வதற்காகவும் தென் தமிழகத்தை நோக்கி

நடைப்பயணமாகவே வந்து, தக்க இடத்தை அடைந்து நிலைகொண்ட கதையை கோபல்லபுரம் முன்வைக்கிறது. அதன் இறுதி அத்தியாயம் மிக முக்கியமான பகுதி. ஆங்கிலேயர் வருகை அப்போது நிகழ்கிறது. அவர்களால் நம் பெண்பிள்ளைகளுக்கு ஆபத்தில்லை என்பதை உறுதிசெய்துகொண்ட அந்தக் குடி அவர்களும் இணைந்து வாழலாம் என அனுமதி அளிக்கிறது.

பெண்கள் மீது ஆதிக்கம் செலுத்தாமல் போனாலும் மண்மீது ஆதிக்கம் செலுத்தத் தொடங்குகிறது ஆங்கிலேய அரசு. இரண்டாம் பகுதி நாவல் முழுதும் இத்தகு நிகழ்ச்சிகள் ஏராளமாக அமைந்துள்ளன. கட்டாய வரி என்ற பெயரில் எளிய மக்கள் கசக்கிப் பிழியப்படுகிறார்கள். அடக்குமுறையில் சிக்கி அவர்கள் தம் இயல்பான வாழ்க்கையைத் தொலைக்கிறார்கள். விடுதலைப்போராட்டம் தவிர்க்கப்பட முடியாத ஒன்றாக மாறிவிடுகிறது.

மூன்றாம் பகுதியில் விடுதலை பெற்ற இந்தியா காட்சியளிக்கிறது. கிராமத்தில் சுதந்திரக்காற்று வீசுகிறது. விடுதலைக்காகப் போராடி அந்தமான் சிறையில் அடைக்கப்பட்டு விடுதலையான நாயக்கர் ஊருக்குத் திரும்பி வருகிறார். அவருடைய அவல வாழ்க்கை துயரளிப்பதாக உள்ளது. சுகுமாரன் முன்வைப்பது, விருது பெற்ற ‘கோபல்லபுரத்து மக்கள்’ நாவலைத்தான் என்றபோதும், அவர் தேர்ந்தெடுத்து முன்வைக்கும் தகவல்களின் இணைப்பு, ஒரு வாசகனை முதல் நாவலையும் மூன்றாம் நாவலையும் தேடிச் செல்லும் வகையில் அமைந்திருக்கிறது. ஒரு பரிந்துரை சரியாக வேலை செய்கிறது என்பதற்கு இதுவே சாட்சி.

கி.ராஜநாராயணன் ஆங்கிலேயர் ஆட்சிக் காலத்தின் தகவல்களை ஊடுபாவாக இணைத்து நாவல்களை எழுதியதுபோல, பிரெஞ்சு ஆட்சிக்காலத்தின் தகவல்களை ஊடுபாவாக இணைத்து முப்பெரும் நாவல்களை எழுதியவர் பிரபஞ்சன். அவை மானுடம் வெல்லும், வானம் வசப்படும், கண்ணீரால் காப்போம் என்ற தலைப்பில் தனித்தனி நூல்களாக வெளிவந்தன. இரண்டாம் பகுதியான வானம் வசப்படும் நாவலுக்கு சாகித்திய அகாதமி விருது கிடைத்தது. அந்த நாவலின் சிறப்பான காட்சிகளைக் கோவையாகத் தொகுத்து தன் கட்டுரையில் முன்வைத்திருக்கிறார் சுகுமாரன். உடனடியாக நாவலைத் தேடிப் படிக்கத் தூண்டும் வகையில் அவர் கட்டுரை அமைந்திருக்கிறது.

தி.ஜானகிராமன், நாஞ்சில் நாடன், வண்ணதாசன், அம்பை ஆகியோர் தம் சிறுகதைத்தொகுதிகளுக்காக சாகித்திய அகாதமி விருதைப் பெற்றவர்கள். ஒவ்வொரு தொகுதியைப்பற்றியும் ஒரு கட்டுரையை எழுதியிருக்கிறார் சுகுமாரன்.

ஒரு வாசகரின் ரசனை என்பது சமகால ஆளுமைகளின் படைப்புகளை அவர் இடைவிடாது தேடி வாசிப்பதன் வழியாக திரண்டு வரும் ஒன்றாகும். இதற்கு இரண்டு வழிகளே உள்ளன. ஒன்று, அந்த வாசகர் தன்னிச்சையாக தன் வாசிப்பின் போக்கில் தானே முட்டி மோதி கண்டடைந்து வளர்த்துக்கொள்வது. இன்னொன்று, நம்பிக்கையான ஒருவரின் அறிமுகத்தின் வழியாக தேடிப் படித்து வளர்த்துக்கொள்வது. வாசிப்பு பெருகப்பெருக ரசனையும் பெருகிக்கொண்டே போகும். தொட்டனைத்தூறும் மணற்கேணி போல வாசிக்க வாசிக்க ரசனையும் வளர்ந்துகொண்டே போகும். ஒரு கட்டத்தில் மேலான ரசனை இன்னும் தன்னை மேம்படுத்திக்கொள்வதற்கு வாசிப்பின் திசையை நோக்கி இழுத்துச் செல்லத் தொடங்கிவிடும். ரசனையால் வாசிப்பு பெருகுகிறதா, வாசிப்பால் ரசனை பெருகுகிறதா என பிரித்தறிய முடியாதபடி ஒன்றையொன்று வளர்த்துக்கொண்டு வாழ்க்கையை இனிமைமயமானதாகக் கட்டமைத்துக்கொள்கிறது. ஒருவருடைய மனத்தில் ரசனை நிலைகொள்ளும் கட்டத்தில், அதுவே அவருடைய வாழ்க்கைப்பார்வையாக மாற்றமடைகிறது. ஒரு கூட்டுப்புழு பட்டாம்பூச்சியாக மாறுவதுபோல.

இத்தகு அறிமுகம் இன்றைய சூழலில் மக்களுக்குத் தேவையாக இருக்கிறது. நம் நாட்டில் திரைப்படமும் அரசியலும் அறிமுகமாகியிருக்கிற அளவுக்கு இலக்கிய அறிமுகம் கிடையாது. பாரதியாருக்குப் பின்னால் க்விதை எழுதிய பத்து கவிஞர்களின் பெயர்களை வரிசைப்படுத்திச் சொல்லும்படி கேட்டால், பலருக்கு விடை சொல்லத் தெரியாது. பத்தாயிரம் பேர் வசிக்கக்கூடிய ஒரு கிராமத்தில் இருக்கும் நூலகத்துக்குச் சென்று, அங்குள்ள ஒவ்வொரு நூலையும் எத்தனை பேர் எடுத்துச்சென்று படித்திருக்கிறார்கள் என்னும் குறிப்பைப் பார்த்தால் ஏமாற்றமே மிஞ்சும். கைவிரல் எண்ணிக்கையிலேயே ஒவ்வொரு புத்தகத்தையும் படித்தவர்கள் இருப்பார்கள். பத்தாயிரம் பேர் வாழும் கிராமத்தில் பத்து பேர் கூட இலக்கியப்புத்தகங்களைப் படிக்காத நிலைதான் இன்று நிலவுகிறது. இப்படிப்பட்ட சூழலில்தான் இத்தகு அறிமுகம் தேவைப்படுகிறது.

இலக்கிய அறிமுகம் ஒருவருடைய இளமைக்காலத்திலேயே அமைவது மிக முக்கியம். திறந்தவெளியாக இருக்கும் மனம் வேகவேகமாக எல்லாவற்றையும் இழுத்து தன்னை நிரப்பிக்கொள்ளும். அது ஒரு நல்வாய்ப்பு. மனமூன்றிப் படிக்கும் காலத்தில் நம் வேகமும் கூடுதலாக இருக்கும். வயது கூடக்கூட, புற அழுத்தங்கள் நம் செயல்வேகத்தைக் குறைத்துவிடும்.

சுகுமாரனின் கட்டுரைத்தொகுதி நல்லதோர் அறிமுகநூல். நம்பிக்கையான ஒரு வழிகாட்டி. அதை ஒரு தொடக்கமாகக் கொண்டு வாசகர்கள் தம் வாசிப்புப்பயணத்தைத் தொடங்கலாம். சுகுமாரனுக்கு வாழ்த்துகள்.

பெங்களூரு
04/04/2025

உள்ளடக்கம்

1. அகல்விளக்கு - டாக்டர் மு. வரதராசன் - 1961 — 15
2. சமுதாய வீதி - தீபம் நா. பார்த்தசாரதி - 1971 — 22
3. சிலநேரங்களில் சில மனிதர்கள் - ஜெயகாந்தன் - 1972 — 29
4. வேருக்கு நீர் - ராஜம் கிருஷ்ணன் - 1973 — 36
5. சக்தி வைத்தியம் - தி. ஜானகிராமன் - 1979 — 43
6. சேரமான் காதலி - கண்ணதாசன் - 1980 — 50
7. வேரில் பழுத்த பலா - சு. சமுத்திரம் - 1990 — 57
8. கோபல்லபுரத்து மக்கள் - கி. ராஜநாராயணன் - 1991 — 62
9. காதுகள் - எம். வி. வெங்கட்ராம் - 1993 — 69
10. புதிய தரிசனங்கள் - பொன்னீலன் - 1994 — 75
11. வானம் வசப்படும் - பிரபஞ்சன் - 1995 — 83
12. மின்சாரப்பூ - மேலாண்மை பொன்னுசாமி - 2008 — 92
13. சூடிய பூ சூடற்க - நாஞ்சில் நாடன் - 2010 — 99
14. தோல் - டி. செல்வராஜ் - 2012 — 105
15. கொற்கை - ஜே. டி. குரூஸ் - 2013 — 111
16. ஒரு சிறு இசை - வண்ணதாசன் - 2016 — 117
17. சஞ்சாரம் - எஸ். ராமகிருஷ்ணன் - 2018 — 125
18. செல்லாத பணம் - இமையம் - 2020 — 129
19. சிவப்புக் கழுத்துடன் ஒரு பச்சைப்பறவை - அம்பை - 2021 — 133
20. நீர்வழிப்படூஉம் - தேவிபாரதி - 2023 — 141

1

அகல் விளக்கு

டாக்டர் மு. வரதராசன் எழுதிய அகல் விளக்கு நாவல் 1961 ஆம் ஆண்டு சாகித்ய அகடமி விருதுப் பெற்றது.

டாக்டர் மு.வ. 1950-70ஆம் ஆண்டுகளில் தமிழ் இலக்கிய உலகில் செல்வாக்கு செலுத்திய தமிழ் அறிஞராக இருந்தார். இலக்கியக் கட்டுரைகள், ஆராய்ச்சி நூல்கள் எழுதிய அவர் சிறுகதைகள், நாவல்களையும் எழுதினார்.

பச்சையப்பன் கல்லூரி, சென்னைப் பல்கலைக் கழகம் ஆகியவற்றில் தமிழ்ப் பேராசிரியராகப் பணியாற்றினார். மதுரை காமராசர் பல்கலைக் கழகத்தின் துணை வேந்தராகவும் இருந்தார்.

அவர் தமிழ், ஆங்கிலம், தெலுங்கு, மலையாளம், கன்னடம், இந்தி ஆகிய மொழிகளில் தேர்ச்சி பெற்றார். பல்வேறு பல்கலைக் கழகங்களிலும் அரசு சார்ந்த இலக்கிய அமைப்புகளிலும் பொறுப்புகளை வகித்தவர்.

மு.வரதசாசனார், காந்தி, திரு.வி.க., விவேகானந்தர், தாகூர், பெர்னாட்ஷா ஆகியோரின் கருத்துக்களால் ஈர்க்கப்பட்டவர்.

டாக்டர் மு.வ. நாவல்கள், சிறுகதைகள், இலக்கண இலக்கிய நூல்கள், மொழிபெயர்ப்புகள் என 91 நூல்களை எழுதியவர்.

மு.வ. வின் திருக்குறள் தெளிவுரை மிகவும் எளிமையான ஒன்றாகும். அவர் எழுதிய 'தமிழ் இலக்கிய வரலாறு' தடம் பதித்த நூலாகும்.

கள்ளோ? காவியமோ? பெற்ற மனம், அல்லி, கரித் துண்டு, கயமை, மண்குடிசை ஆகிய நாவல்கள் புகழ் பெற்றவை.

சங்க இலக்கியங்கள் பலவற்றைப் பற்றியும் நூல்கள் எழுதியுள்ளார்.

தம்பிக்கு..., தங்கைக்கு... என்று அவர் எழுதிய கடித இலக்கியம் வித்தியாசமானது.

பெர்னார்ட்ஷா, காந்தி, தாகூர், திரு.வி.க. ஆகியோரின் வாழ்க்கை வரலாறுகளையும் எழுதியுள்ளார்.

குழந்தைகளுக்கு இனிய பாடல்களும் கதைகளும் எழுதி சிறுவர் இலக்கியத்திற்கும் பங்களிப்பு செய்துள்ளார்.

மு.வ. வின் நூல்கள் தமிழக அரசு மற்றும் தமிழ் வளர்ச்சித் துறையின் பரிசுகளைப் பெற்றுள்ளன. அகல் விளக்கு, கள்ளோ? காவியமோ? கயமை ஆகிய நாவல்கள் உள்பட பல நூல்கள் இந்திய மொழிகளிலும் ரஷ்யா, சிங்கள, மலாய் மொழிகளிலும் மொழிபெயர்க்கப்பட்டுள்ளன.

அகல் விளக்கு வேலய்யா, சந்திரன், மாலன் ஆகிய மூன்று நண்பர்களைப் பற்றிய கதையாகும்.

வேலய்யா கூறும் முறையில் நாவல் எழுதப்பட்டிருக்கிறது.

"பாலாற்றுக் கரையில் நானும் சந்திரனும் கைகோத்து உலாவிய நாட்கள் எங்கள் வாழ்க்கையிலே பொன்னான நாட்கள். நானும் அவனும் ஒரே வயது உள்ளவர்கள்; ஒரே உயரம் உள்ளவர்கள். அந்த வயதில் எடுத்த நிழற் படத்தைப் பார்த்தால் நான் கொஞ்சம் சதைப் பற்று உள்ளவனாக இருந்தது தெரிகிறது. சந்திரன் அப்படி இல்லை. இளங்கன்று போல் இருந்தான்" என்று நாவல் தொடங்குகிறது.

வேலய்யா கல்லூரியில் படிக்கும் போது தான் மாலன் கதையில் அறிமுகமாகிறான். சந்திரனின் தங்கையை மாலன் திருமணம் செய்வதால் கதையில் கடைசி வரை வருகிறான்.

வேலய்யாவின் தந்தை சிறிய மளிகைக் கடை வைத்திருப்பவர். வருமானம் குறைவு. வாலாஜாப்பேட்டை நகரத்தில் வசிக்கிறார்கள்.

சந்திரனின் தந்தை நிலக்கிழார் வசதியானவர்; கிராமத்தில் வசிக்கிறார்கள்.

சந்திரன் தொடக்கப் பள்ளியில் நன்றாகப் படிக்கிறான். மேல் வகுப்பு படிக்க நகரத்திற்கு அனுப்ப சந்திரனின் அப்பா தயங்குகிறார். நகரம் மகனைக் கெடுத்து விடும் என்று பயப்படுகிறார். ஆசிரியரின் வற்புறுத்தலினால் சம்மதிக்கிறார்.

சந்திரன் உயர்நிலைப் பள்ளியில் சேர வாலாஜாபேட்டை வருகிறான். வேலய்யா இருக்கும் தெருவிலே குடி வருகிறான். இருவரும் ஒரே பள்ளி, ஒரே வகுப்பு அதனால் நெருங்கிய நண்பர்களாகிறார்கள்.

சந்திரன் ரொம்ப அழகானவன்; சுறுசுறுப்பானவன்; படிப்பில் முதல் மாணவனாக இருக்கிறான். எல்லோரும் அவனை விரும்புகிறார்கள்.

வேலய்யா அழகில்லை. படிப்பில் சுமார். சந்திரன் மீது வேலய்யாவுக்குப் பொறாமைக் கூட ஏற்படுகிறது.

அவர்கள் தெருவில் வசிக்கும் பாக்கியம் அம்மையார் கூட சந்திரன் மீது அதிக அன்பு செலுத்துகிறார்.

சந்திரன் வேலய்யா கற்றுக்கொள்ள உதவுகிறான். ஆங்கிலம், கணக்குப் பாடங்களைச் சொல்லித் தருகிறான்.

சந்திரனுக்கு ஒரு தங்கை உண்டு. பெயர் கற்பகம், கற்பகத்தின் மீது வேலய்யாவுக்கு ஒரு ஈடுபாடு ஏற்படுகிறது.

பள்ளி விடுமுறைகளில் சந்திரனின் ஊருக்கு வேலய்யா போகிறான்.

கிராமத்தில் உள்ள கிணற்றில் நீச்சல் கற்றுக் கொள்கிறான்; நட்பு இறுக்கமாகிறது.

உயர்நிலைப்பள்ளிப் படிப்புக்குக் கற்பகமும் வாலாஜாப்பேட்டை வருகிறாள். கற்பகத்திற்கும் வேலய்யா மேல் ஓர் அன்பு இருக்கிறது.

பள்ளி இறுதித் தேர்வில் நல்ல மதிப்பெண்கள் பெற்று சந்திரன் தேர்ச்சியடைகிறான். சென்னையில் கல்லூரிப் படிப்பில் சேருகிறான்.

வேலய்யா தேர்வில் வெற்றி பெறவில்லை. ஒன்றாகப் படித்து வந்த இருவரும் முதன்முதலாகப் பிரிகிறார்கள்.

வேலய்யா மீண்டும் தேர்வு எழுதி வெற்றி பெறுகிறான். சந்திரன் படிக்கும் கல்லூரியிலேயே சேருகிறான். ஆனாலும் ஓராண்டு பின் தங்கி விடுகிறான்.

சந்திரன்-வேலய்யா நட்பு முன்பு போல் இல்லை. சந்திரன் வேலய்யாவைக் கண்டு கொள்வதில்லை. ஆனால் வேலய்யா அவனுடன் பழகுவதிலிருந்து விலகவில்லை.

சந்திரனின் குணத்தில் மாற்றங்கள் ஏற்பட்டிருப்பதைப் பார்க்கிறான். படிப்பில் ஈடுபாடு குறைந்திருக்கிறது. பொழுது போக்குகளில் ஈடுபடுவது அதிகரித்திருக்கிறது.

வேலய்யாவிற்கு சந்திரனுடன் பழக்கம் குறைந்த நேரத்தில் மாலன் அறிமுகமாகிறான்.

மாலனிடம் பெரிதாக குறை இல்லை. மூடநம்பிக்கைகள் கொண்டவனாக இருக்கிறான். தேர்வில் வெற்றி பெற பிரார்த்தனை செய்வான். அதிர்ஷ்டத்தை நம்புவான்.

கதையில் பெரிய திருப்பமாக ஒரு சம்பவம் நடக்கிறது. சந்திரன் இமாவதி என்ற பெண்ணை விரும்புகிறான். அப்பெண்ணிற்கு வேறு இடத்தில் திருமணம் முடிவாகிறது. ஏமாற்றம் அடைந்த சந்திரன் மனமுடைகிறான். யாரிடமும் சொல்லாமல் கல்லூரி விடுதியை விட்டு ஓடி விடுகிறான்.

வேலய்யாவால் நண்பன் தலைமறைவைத் தாங்கிக் கொள்ள முடியவில்லை. பல இடங்களில் தேடுகிறான். காரணம் தெரிகிறது.

இமாவதியைச் சந்திக்கிறான். சந்திரன் தவறாக நினைத்து விட்டார்; அண்ணனாகத்தான் நினைத்தேன் என்கிறாள்.

சந்திரனின் குடும்பத்திற்கு வேலய்யா தகவல் சொல்லுகிறான்.

தந்தை தவிக்கிறார்; தாய் படுத்த படுக்கையாகிறார். சந்திரனின் செயல் எல்லோரையும் வேதனைப்படுத்துகிறது.

பல மாதங்கள் ஓடிவிட்டன. நீலகிரி மலையில் தேயிலைத் தோட்டத்தில் வேலை செய்யும் பெண்ணுடன் சந்திரன் இருப்பதாகத் தகவல் கிடைக்கிறது.

சந்திரனின் தந்தையும் ஆசிரியரும் சென்னை வருகிறார்கள். மூவரும் நீலகிரி செல்கிறார்கள்.

சந்திரன் கூலியாளாக வாழ்வதைப் பார்க்கிறார்கள். அம்மா இறந்து விட்டதை வேலய்யா சொல்லுகிறான். சந்திரன் அழுகிறான். ஊருக்குத் திரும்ப சம்மதிக்கிறான்.

சந்திரனின் தந்தை அவனுக்குத் திருமணம் செய்து வைக்கிறார். திருமணம் அவனைத் திருத்தும் என்று நம்புகிறார்.

கற்பகத்துக்கும் மாப்பிள்ளை பார்க்கிறார். மாலன்தான் மாப்பிள்ளை.

மாலனின் குணம் எப்படி என்று கேட்டு வேலய்யாவுக்குக் கடிதம் எழுதுகிறார்

வேலய்யா தன் காதலை மறைத்துக் கொள்கிறான். மாலன் நல்லவன் என்று நற்சான்றிதழ் கொடுக்கிறான். கற்பகத்திற்கு அதிர்ச்சியாக இருக்கிறது. வேறு வழியில்லாமல் மாலனின் மனைவியாகிறாள்.

வேலய்யா பட்டப் படிப்பை முடிக்கிறான். மேற்கொண்டு படிக்க வசதியில்லை. சர்வீஸ் கமிஷன் எழுதி வெற்றி பெறுகிறான். நல்ல சம்பளத்துடன் வேலை கிடைக்கிறது.

வேலய்யா, அத்தை மகள் கயற்கன்னியைத் திருமணம் செய்து கொள்கிறான். விரும்பியவள் கிடைக்கவில்லை. வந்தவளை மனப்பூர்வமாக ஏற்றுக் கொள்கிறான்

சந்திரனின் திருமண வாழ்க்கை அவனைத் திருத்தவில்லை. கண்ட பெண்களோடு அலைகிறான் குடும்பச் சொத்தை அழிக்கிறான்.

சந்திரன் செய்த கொடுமையால் அவன் மனைவி தற்கொலை செய்து கொள்கிறாள். தந்தை சொந்த ஊரை விட்டு வாலாஜாப்பேட்டையில் குடியேறுகிறார்.

சந்திரன் கட்டுப்பாடு இல்லாமல் வாழ்கிறான். அவனுக்குத் தொழு நோய் வந்து விடுகிறது. அவமானம் தாங்காமல் ஊரை விட்டுப் போகிறான்.

மாலன் குறுக்கு வழியில் பணம் சம்பாதிக்க நினைக்கிறான் பித்தளையைத் தங்கமாக்கித் தருகிறேன் என்று கூறிய சாமியாரை நம்பி பணத்தைத் தொலைக்கிறான். இறுதியில் திருந்துகிறான்.

சந்திரனுக்குத் தொழுநோய் முற்றி விடுகிறது. இறுதி நாளைக் கழிக்க வேலய்யாவைத் தேடி வருகிறான்.

வேலய்யாவுக்கு சந்திரனின் நிலை அதிர்ச்சியளிக்கிறது. சந்திரனுக்கு அடைக்கலம் கொடுக்கிறான்.

சந்திரனின் உடல் நிலை மிகவும் மோசமடைகிறது. 'என் நிலைமையை யாருக்கும் சொல்லாதே. இறந்தவுடன் அடக்கம் செய்து விடு' என்று சந்திரன் நண்பனிடம் உறுதிமொழி வாங்கிக் கொள்கிறான்.

அடுத்த நாள் சந்திரன் மரணமடைகிறான். இன்னொருவர் உதவியுடன் சந்திரனின் உடலை சுடுகாட்டுக்குக் கொண்டு போகிறான் வேலய்யா.

தற்செயலாக சந்திரனின் தங்கை கற்பகமும் மாலனும் அங்கு வருகிறார்கள்.

கற்பகம் கதறி அழுகிறாள். தன் மகளிடம் 'மாமாவைக் கும்பிடு' என்கிறாள். குழந்தை கைகளைக் கூப்புகிறாள்.

நான் மாணவனாக இருக்கும் போது என் ஆசிரியர் 'அகல் விளக்கு' நாவலை படிக்கச் சொன்னார். 'மாணவர்களுக்கு நல்வழி காட்டும் கதை' என்றும் சொன்னார். படித்தேன் நல்ல அறிவுரைகள் இருப்பதாக நினைத்தேன்.

இப்போது அகல் விளக்கைப் படித்த போது வேறு மாதிரி நினைக்கிறேன்.

மனிதனுக்கு நோய் ஏற்படுவதை பாவத்தின் சம்பளமாக நினைக்க முடியவில்லை.

சந்திரனுக்குத் தொழுநோய் வந்ததற்குக் காரணம் பல பெண்களுடான உறவு என்று கதாசிரியர் சொல்லுகிறார்.

பாவம், புண்ணியம் என்று மத நம்பிக்கை அடிப்படையில் வரும் கருத்து இது. அருணகிரிநாதர் கதையும் இதுதான். ரத்தக்கண்ணீர் திரைப்படத்தின் கதையும் இதுதான். மக்களை நல்வழிப்படுத்துவதற்காகப் 'பூச்சாண்டி' காட்டுவது. தீமை செய்தால் நரகம், நன்மை செய்தால் சொர்க்கம் என்ற தத்துவம் தான் இதற்கு அடிப்படை; மற்றபடி அறிவியல் பூர்வமாக உண்மை இல்லை.

என் நண்பர் ஒருவர் மிகவும் நல்லவர். இராமருக்கு அடுத்தபடியான ஏகபத்தினி விரதன். அவருக்குத் தொழுநோய் வந்தது. எப்படி என்று இப்போது யோசிக்கிறேன். மருத்துவம் வளர்ந்திருக்கும் நிலையில் இந்நோய் இப்போது கட்டுப்படுத்தப்பட்டு விட்டது.

சந்திரன் மரணத் தறுவாயில் வேலய்யாவிடம் சொல்லுகிறான். 'நீ அகல் விளக்கு. நான் பித்தளை விளக்கு போல் மினுமினுப்பு காட்டினேன். பிறகு மங்கி விட்டேன்' என்கிறான். 'சந்திரன் அரளிப் பூ... வேலய்யா துளசிச் செடி' என்று கதாசிரியரும் சொல்லுகிறார்.

இப்போது நினைத்துப் பார்க்கும் போது இந்த உவமைகளெல்லாம் அர்த்தமற்றவையாகத் தோன்றுகின்றன.

நல்ல கருத்துகளுக்காக நூல்களைப் படிக்க வேண்டும். பொழுதுபோக்கிற்காகப் படிக்கக் கூடாது என்ற போக்கு 1950-60 காலக்கட்டங்களில் இருந்தது.

அகல் விளக்கு அந்தக் காலக்கட்டத்தைப் பிரதிபலிக்கும் படைப்பாக இருக்கிறது.

▼

2

சமுதாய வீதி

‘தீபம்’ நா. பார்த்தசாரதி எழுதிய ‘சமுதாய வீதி’ நாவல் 1968ல் வெளிவந்தது. இந்நாவலுக்கு 1971ஆம் ஆண்டு சாகித்ய அகடமி விருது கிடைத்தது.

நா.பா.வின் புனை பெயர்கள்: மணிவண்ணன், பொன்முடி ஆகியன. தீபம் இதழ் நடத்தியதால் ‘தீபம்’ பார்த்தசாரதி என்று அழைக்கப்பட்டார்.

நா. பா. 1932-ல் பிறந்தவர். 1987ல் தனது 55 வயதில் மறைந்தவர். புகழ் பெற்ற தமிழ் நெடுங்கதை எழுத்தாளர்.

விருதுநகர் (மா.) சிவகாசிக்கு அருகிலுள்ள நரிக்குடி எனும் ஊரில் பிறந்தவர்.

மதுரை தமிழ்ச் சங்கத்தில் தமிழ்ப் பண்டிதர் பட்டம் பெற்றவர். தமிழ் இலக்கியத்தில் முதுகலைப் பட்டம் பெற்றவர், பழந்தமிழர் கட்டிடக் கலையும் நகரமைப்பும்’ என்ற பொருளில் ஆய்வு செய்து முனைவர் பட்டம் பெறாமலே அவர் மரணமடைந்தது மிகப் பெரிய சோகமாகும்.

மகாகவி பாரதி பணியாற்றிய மதுரை சேதுபதி பள்ளியில் ஆசிரியராகப் பணி புரிந்தவர். பின்னர் கல்கியின் அழைப்பின் பேரில் ‘கல்கி’ உதவியாசிரியராளார்.

1965-ல் அவர் ‘தீபம்’ இதழைத் தொடங்கி 23 ஆண்டுகள் நடத்தினார். 1979-ல் சாவியின் அழைப்பின் பேரில் தினமணி கதிர் ஆசிரியரானார்.

நா.பா. 93 நூல்களை எழுதியவர். குறிஞ்சி மலர், பொன்விலங்கு, சத்தியவெள்ளம், சமுதாய வீதி மணி பல்லவம் உள்பட 38 நாவல்கள்,

25 சிறுகதைத் தொகுப்புகள், 2 பயண இலக்கியம் ஆகியவற்றை எழுதியவர். மணிவண்ணன் கவிதைகள் நூலும் வந்துள்ளது.

குறிஞ்சி மலர், பொன்விலங்கு ஆகிய நாவல்களில் இலட்சிய கதாநாயகர்களைப் படைத்தவர் நா.பா. இவர் நாடகக் கலையும் கலைஞர்களும் அழிவின் விளிம்பில் நிற்கும் நிலையினை எடுத்தியம்பி, நாடகக் கலைஞர்கள் எப்படி இருக்க வேண்டும் என்பதைக் கூறும் நாவலாக 'சமுதாய வீதி' யை எழுதியுள்ளார்.

தமிழ்நாட்டில் சினிமா செல்வாக்கு பெற்ற பிறகு நாடகங்கள் குன்றின. நாடக சபாக்கள் மூடப்பட்டன. மதுரையில் அவ்வாறு மூடப்பட்ட நாடக சபாவில் கதை, வசனம், பாடல் எழுதியும் நடிகராகவும் இருந்தவர் முத்துக்குமரன். அப்போது முத்துக்குமரனுடன் இருந்த நடிகன் கோபால் இப்போது சென்னையில் பிரபல சினிமா நடிகராக இருக்கிறார்.

கோபாலைச் சந்திக்க முத்துக்குமரன் சென்னை வருகிறான் கோபால் போக் ரோடில் பெரிய பங்களாவில் வசிக்கிறான். சினிமாவில் நடித்து கோடீஸ்வரனாகி விட்டான்; நடிகர் திலகம் என்று பட்டமும் பெற்றிருக்கிறான்.

கோபால் ஆரம்பிக்கயிருந்த நாடக மன்றத்திற்கான நடிகர், நடிகை தேர்வு நடைபெறும் சமயத்தில் முத்துக்குமரன் வருகிறான்.

முத்துக்குமரனைப் பார்த்த கோபால் பெரிதும் வரவேற்கிறான். கோபால் பழைய நட்பை மறக்கவில்லை. முத்துக்குமரனை 'வாத்தியாரே...' என்று மரியாதையுடன் அழைக்கிறான்.

முத்துக்குமரனை நாடகம் எழுதி தரும்படி வேண்டுகிறான்; முத்துக்குமரனும் சரி என்கிறான்.

சரித்திர நாடகம் நடத்த முடிவாகிறது. நாடகத்தில் நாயகியாக நடிக்க மாதவியைத் தேர்வு செய்கிறான் கோபால்.

முத்துக்குமரனின் திறமை, அழகு மாதவியைக் கவர்கின்றன.

கோபால் வீட்டின் 'அவுட் ஹவுஸி'ல் முத்துக்குமரன் தங்குகிறான். இரவில் கோபாலும் முத்துக்குமரனும் மதுபானம் அருந்துகிறார்கள்.

'நாடகக்காரனுக்கும் சங்கீதக்காரனுக்கும் மதுபானம் இல்லாமல் முடியாது' என்கிறான் முத்துக்குமரன்.

முத்துக்குமரனுக்கு போதை அதிகமாகி தள்ளாடியபடியே வந்து படுக்கிறான்.

அந்த இரவு நேரத்தில் மாதவி போன் செய்கிறாள். அவள் குரலை இனிய குரல் என்கிறான் முத்துக்குமரன்.

முத்துக்குமரன் எழுதும் நாடக 'ஸ்கிரிப்ட்'டை உடனுக்குடன் 'டைப்' செய்ய மாதவியை நியமிக்கிறான் கோபால்.

முத்துக்குமரன் நாடகம் எழுத ஆரம்பிக்கும் முன்பே அதைப் பற்றி பேச 'பிரஸ்மீட்'டுக்கு கோபால் ஏற்பாடு செய்கிறான். 'இப்போது எதற்கு?' என்கிறான் முத்துக்குமரன்.

'இது விளம்பர யுகம், 'பப்ளிசிட்டி' இல்லாமல் எதுவும் நடக்காது' என்கிறான் கோபால்.

'சென்னைக்கு வந்த பிறகு கோபால் வாழ்க்கையை வேகமாகப் படித்திருக்கிறான்' என்று நினைக்கிறான் முத்துக்குமரன்.

நடிகர் திலகம் கோபால் பிரபல நடிகன் என்பதால் நாடக மன்றம் துவக்கப் போவது பெரிய செய்தியாகிறது.

அவனை வாழ்த்த பத்திரிகை, நாடக, திரைத்துறையினர் குழுமுகின்றனர்.

'பிரஸ் மீட்'டுக்கு நடிகை மாதவி அலங்காரப் பதுமையாக வருகிறாள். வன தேவதையைப் போல் தெரிந்த அவளைப் பருகி விடுவது போல் முத்துக்குமரன் பார்க்கிறான்.

'பிரஸ் மீட்'க்கு வந்தவர்கள் போலித்தனமாக நடந்து கொள்வதாக முத்துக்குமரன் நினைக்கிறான்.

'பிரஸ் மீட்'க்குப் பிறகு விருந்து நடைபெறுகிறது. அதில் மாதவி பாடுகிறாள்.

'நன்றாகப் பாடினாய்' என்கிறான் முத்துக்குமரன்.

'பாட்டு மட்டுந்தானா? அதுக்குப் பரத நாட்டியம் கூட நல்லாத் தெரியும்' என்கிறான் கோபால்.

விருந்து முடிந்த பிறகு முத்துக்குமரனிடம் சொல்லிக் கொண்டு வீட்டுக்குப் போக மாதவி அவுட் ஹவுஸ்க்கு வருகிறாள்.

மாதவியின் மிருதுவான சரீரம் அடுத்த கணம் முத்துக்குமரனுடைய அணைப்பில் சிக்கியது.

முத்துக்குமரனின் ஆளுமையில் மாதவி மயங்குகிறாள். முத்துக்குமரனோ மாதவியின் அழகில் மயங்குகிறான்.

மாதவி கோபாலுக்கு பயந்து கொண்டே தான் பழகுகிறாள். அது மாதவி கோபாலின் முன்னாள் காதலியோ என்ற சந்தேகத்தை முத்துக்குமரனுக்கு ஏற்படுத்துகிறது.

ஆனால் முத்துக்குமரனும் மாதவியும் நெருங்கிப் பழகுவதற்கு கோபாலே துணை செய்வது போலவே கதை நகருகிறது.

கேரளாவில் பிறந்தவள் மாதவி, தந்தை இறந்த பிறகு அம்மாவுடன் சென்னைக்கு வருகிறாள். முதலில் துணை நடிகையாக சினிமாவில் நுழைகிறாள். கோபாலுடனான பழக்கம் அவளை முன்னுக்குக் கொண்டு வருகிறது.

இது பற்றி முத்துக்குமரன் மாதவியிடம் கேட்ட போது. 'நான் உங்களைத் தான் விரும்புகிறேன். உங்களுக்கு துரோகம் செய்ய மாட்டேன்' என்கிறாள்.

ஒருமுறை மாதவி முத்துக்குமரனை தன் வீட்டுக்கு அழைக்கிறாள்.

மாதவி வீட்டில் கோபாலுடன் மாதவி சிரித்துக் கொண்டிருக்கும் படம் மாட்டப்பட்டிருந்தது. முத்துக்குமரன் அதை ரசிக்கவில்லை. அதைப் பார்த்த மாதவி பிறகு அந்தப் படத்தைக் கழற்றி விடுகிறாள்.

மாதவியை ஒரு கலையரசி என்றே நினைக்கிறான் முத்துக்குமரன். ஆனால் கோபால் மாதவி தான் இடும் வேலைகளை செய்து முடிக்கும் பணியாளர் என கருதுகிறான்.

இது கோபால் மீது முத்துக்குமரனுக்கு வெறுப்பு ஏற்படுத்துகிறது. கோபால் வெளியே பெருந்தன்மையுள்ளவனாகத் தெரிந்தாலும் உள்ளூற வஞ்சகமும் சிறுமையும் தற்பெருமையும் உடையவன் என்று நினைக்கிறான்.

நாடகம், திரைத்துறை வீதிகளில் போலியானவர்களே நிரம்பி இருக்கிறார்கள் என்று முத்துக்குமரனுக்குத் தோன்றுகிறது.

'கழைக் கூத்தியின் காதல்' என்ற தலைப்பில் ஒரு சரித்திர நாடகத்தை முத்துக்குமரன் எழுதி முடிக்கிறான்.

'தலைப்பை மாற்ற வேண்டும். நாடகத்தில் ஹாஸ்யம் இல்லை' என்று அபிப்பிராயம் சொல்கிறான் கோபால்.

அது முத்துக்குமரனுக்குப் பிடிக்கவில்லை, 'ஆத்ம வேதனைப்படாமல் தான் எழுதுவதில்லை' என்கிறான்.

கழைக் கூத்தியாக மாதவியும் பாண்டியனாக கோபாலும் நடிக்க முடிவானது. ஒத்திகையும் தொடங்கியது.

தன்னுடைய சினிமா புகழ் வெளிச்சத்தில் நாடக வெற்றி பெறும் என்பது கோபாலின் எண்ணம்.

'இப்போது நாடகம், திரைப்படத்துறைகளில் இருப்பவர்களுக்குக் கலைப் பசி இல்லை; வயிற்றுப் பசிதான் இருக்கிறது' என்று முத்துக்குமரன் கருதினான்.

அந்தக் கருத்தை மாதவி ஏற்றுக் கொள்கிறாள். 'நாடகத்தில் கோபால் நெருங்கி தொட்டு நடிப்பதை தப்பாக எடுத்துக் கொள்ளக் கூடாது' என்று மாதவி முத்துக்குமரனை வேண்டுகிறாள்.

'கோபாலை சக்கரவர்த்தியாக நினைத்து நீங்களெல்லாம் நடுங்குகிறீர்கள். நான் நடுங்குவதில்லை, நானே ஒரு சக்கரவர்த்தி' என்கிறான் முத்துக்குமரன்.

அண்ணாமலை மன்றத்தில் 'கதைக்கூத்தியின் காதல்' நாடகம் மந்திரியின் தலைமையில் நடக்கிறது. பிரபலங்கள் வந்திருந்தனர். மலேசியாவில் இருந்து வைர வியாபாரி அப்துல்லா வந்திருந்தார்.

மந்திரி கோபாலுக்குப் புகழ் மாலை சூட்டுகிறார். முத்துக்குமரன் தப்பாக நினைக்கக் கூடாதே என்ற பயம் கோபாலுக்கு இருந்தது.

அப்துல்லாவை முத்துக்குமரனுக்கு மாலையணிவிக்க கோபால் சொல்லுகிறான்.

முத்துக்குமரன் மாலையை ஏற்றாலும் 'மாலையை ஏற்கும் போது தலைகுனிய வேண்டியிருக்கிறது. அதை நான் விரும்புவதில்லை' என்று அகங்காரத்தோடு கூறுகிறான்.

அப்துல்லாவின் காண்ட்ராக்டில் மலேசியாவில் நாடகம் நடத்த ஏற்பாடுகிறது.

முத்துக்குமரன் மலேசியா வரவில்லை என்கிறான். நீங்கள் வரவில்லையென்றால் நானும் போகவில்லை என்கிறாள் மாதவி. முத்துக்குமரன் சம்மதிக்கிறான்.

ஓட்டல் 'ஓஷியானிக்'-ல் தங்கியிருக்கும் அப்துல்லாவைப் பார்க்கும்படி கோபால் மாதவியை வற்புறுத்துகிறான் மாதவி சம்மதிக்கவில்லை.

முத்துக்குமரன் காரணமாக மாதவி போக மறுக்கிறாள் என்று கோபால் கோபப்படுகிறான்.

எல்லோரும் மலேசியா செல்கின்றனர். முத்துக்குமரன்-மாதவி காதல் இன்னும் இறுக்கமாகிறது

மாதவியோடு பழக அப்துல்லா ஆசைப்படுகிறார். கோபால் வற்புறுத்தியும் மாதவி மறுத்து விடுகிறாள்.

'முன்னாடி நான் சொல்றதை செய்யும் மாதவி உன்னால்தான் மாறிப் போயிட்டா' என்று கோபால் முத்துக்குமரனிடம் கூறுகிறான்.

'பொண்ண பொண்ணா நடத்தணும், வியாபாரம் பண்ணப்படாது. யாரோ செய்ற வேலையை உன்னைப் போல ஒரு கலைஞன் ஏன் செய்யணும்' என்று முத்துக்குமரன் கடிந்து பேசுகிறான்.

மலேசியாவிலுள்ள ஈப்போ, பினாங்கு, கோலாலம்பூர் ஆகிய பகுதிகளில் நாடகம் சிறப்பாக நடைபெறுகிறது. நல்ல வசூல் ஆகிறது.

அப்துல்லா முத்துக்குமரனுக்கு ஒரு வைர மோதிரம் பரிசளிக்க முன் வருகிறான். அதை வாங்க அவன் மறுத்து விடுகிறான். இதுவும் கோபாலுக்கு முத்துக்குமரன் மீது வெறுப்பை அதிகமாக்குகிறது.

நாடகக் குழு சென்னை திரும்புகிறது. இனி மேலும் கோபாலுடன் இருக்க முடியாது என்று முத்துக்குமரன் முடிவு செய்கிறான். மாதவியும் அவனைப் பின்பற்றுகிறாள்.

இறுதியில் இருவரும் குருவாயூர் கோவிலில் திருமணம் செய்து கொள்கிறார்கள்.

நா.பா. பொதுவாக தமது நாவல்களில் இலட்சிய நாயகர்-நாயகிகளைப் படைத்தவர். சமுதாய வீதியில் அப்படி இல்லை, கதாபாத்திரங்கள் இயல்பான குற்றங் குறைகளுடனே வருகிறார்கள் என்பது நல்ல மாறுதல்.

சமுதாய வீதியும் ஒரு முக்கோணக் காதல் கதையைத்தான் சொல்லுகிறது. காதலும் மோதலும் கிளு கிளுப்பு மாகக் கதை செல்கிறது.

பிரபல ஹீரோ, போக் ரோட்டில் வசிப்பவன், நடிகர் திலகம் பட்டம் என்று வர்ணித்த பிறகு கோபால் பாத்திரம் சிவாஜி தான் என்பது தெளிவாகிறது. சிவாஜி மீது நா.பா.வுக்கு என்ன கோபமோ தெரியவில்லை. இப்படி எழுதி பழிதீர்த்துக் கொண்டிருக்கிறார். மாதவி பாத்திரத்தையும் நடிகை பத்மினியாக அடையாளம் காண முடிகிறது. முத்துக்குமரன் பாத்திரம் நா.பா.வாக இருக்கலாம்.

இன்றைய சமூகத்தின் போலித்தனத்தையும் நகர வாழ்வின் குற்றங்குறைகளையும் எடுத்துக்காட்டுவதுதான் நாவலின் நோக்கம் என்று கூறப்பட்டாலும், இது வெறும் பொழுது போக்குப் படைப்பாகத்தான் இருக்கிறது.

நா.பா.வின் ஒட்டுமொத்த இலக்கிய பங்களிப்பிற்குத்தான் சாகித்திய அகடமி விருது தரப்பட்டிருக்கும் என நினைக்கிறேன். சமுதாய வீதிக்கு என்றால் தகுதியாக இல்லை. இந்தக் கருத்து விருது தரப்பட்ட சமயத்திலேயே முன்வைக்கப்பட்டதாகும்.

▼

3

சில நேரங்களில் சில மனிதர்கள்

1. ஜெயகாந்தன் யார்?

த. ஜெயகாந்தன் 1934-ல் பிறந்தவர். 2015-ல் தனது 81 வயதில் மறைந்தார். நான் இறுதி அஞ்சலி செலுத்த அவர் வீட்டிற்குச் சென்றிருந்தேன். 9 வருடங்கள் ஓடிவிட்டன. இன்னும் வாசிக்கப்படுகிறவராக அவர் இருக்கிறார்.

தனது 9-ஆவது வயதில் பள்ளிப் படிப்பை நிறுத்தியவர். அவருடைய அளப்பறிய சாதனைகள் வியப்பை ஏற்படுத்துகின்றன. இந்த மாயத்தை செய்தவர்கள் கம்யூனிஸ்ட் கட்சித் தலைவர்கள். ஜே.கே. கம்யூனிஸ்ட் இயக்கத்தில் இருந்தவர்.

ஜெயகாந்தனின் முதல் சிறுகதை சௌபாக்கியவதி 1953-ல் வெளிவந்தது. சரஸ்வதி. தாமரை, சாந்தி, மனிதன், சக்தி, சமரன் ஆகிய முற்போக்கு இதழ்களில் ஏராளமான சிறுகதைகள் எழுதினார்.

தொடக்க கால எழுத்தின் வெற்றி அவரை ஆனந்த விகடன், குமுதம், தினமணி கதிர் ஆகிய பிரபல இதழ்களில் எழுதி பிரபலப்படுத்தியது.

40 நாவல்கள், 200 சிறுகதைகள், இரண்டு தன் வரலாறுகள். இரண்டு திரைப்படங்களை உருவாக்கியவர்.

பத்மஸ்ரீ, பத்மபூஷன், ஞானபீடம், சாகித்ய அகடமி, சோவியத் நாடு நேரு விருது ஆகியவற்றைப் பெற்றவர்.

மகாகவி பாரதியை குருவாக ஏற்றவர்.

ஜெயகாந்தனின் படைப்புகள் அடித்தட்டு மக்களைப் பற்றியவையாகும்.

ஜெயகாந்தனின் வாழ்க்கையைப் பற்றிய ஆவணப் படத்தை ரவி சுப்பிரமணியம் எடுத்திருக்கிறார்.

ஜெயகாந்தன் ஒரு பன்முக ஆளுமை, எழுத்தாளர், பத்திரிகையாளர், சொற்பொழிவாளர், திரைப்படத் தயாரிப்பாளர், விமர்சகர், செயற்பாட்டாளர் ஆவார்.

2. எழுதுவது பற்றி...

'வாளிலும் வலிமை பொருந்தியது எழுதுகோல்; வாழ்க்கைப் போராட்டத்தில் நான் தேர்ந்தெடுத்துக் கொண்ட ஆயுதம் எழுதுகோல்; அதனால் எழுதுகிறேன். எழுதுகோல் என் தெய்வம்.'

'எழுதுவதால் நான் மேன்மையுறுகிறேன், அதற்காக எழுதுகிறேன்.'

இவை ஜெயகாந்தன் தான் எழுதுவதின் நோக்கத்தைப் பற்றி 1971-ல் கூறியவை.

3. படைப்புகள் பற்றி....

a) அக்னிப் பிரவேசம் சிறுகதை 1968-ல் ஆனந்த விகடனில் முத்திரைக் கதையாக வந்தது.

b) சில நேரங்களில் சில மனிதர்கள் 1970-ல் தினமணி கதிரில் தொடர் நாவலாக வந்தது.

c) சி.நே.சி.ம. நாவலுக்கு 1972-ல் சாகித்ய அகடமி விருது கிடைத்தது.

d) சி.நே.சி.ம. நாவல் 1977-ல் திரைப்படமாக வெளிவந்தது. இயக்கம் பிரபல இயக்குநர் A. பீம்சிங்; நடிகர்கள் லட்சுமி ஸ்ரீகாந்த் நாகேஷ், ஒய்.ஜி. பார்த்தசாரதி, சுந்தரிபாய் பாத்திரங்களாக வாழ்ந்திருப்பார்கள்.

e) கங்கை எங்கே போகிறாள் (1978) இன்னொரு தொடர்ச்சி நாவல்.

4. படைப்புகளின் கால கட்டம்

தமிழ்ச் சமூக வரலாற்றில் 1970காலகட்டம் முக்கியமானது. பெண்கள் படிக்கவும் வேலைக்கும் அதிக அளவிற்குச் செல்லத் தொடங்கியிருந்த நேரம். இது ஒழுக்கக் கேட்டை உருவாக்கும் என்ற கருத்து முன் வைக்கப்பட்டது

அக்னிப் பிரவேசம் சிறுகதையும் சில நேரங்களில் சில மனிதர்கள் நாவலும் இக்கருத்தை ஒட்டியும் வெட்டியும் எழுதப்பட்ட படைப்புகளாகும்.

5. அக்னிப் பிரவேசம்– கதைச் சுருக்கம்

கல்லூரி மாணவி கங்கா 17 வயது பருவப் பெண். கல்லூரி முடிந்து பேருந்துக்காக காத்திருக்கிறாள். கன மழை பெய்கிறது. அவளுக்கான பேருந்து வரவில்லை.

படகு போன்ற ஒரு கார் வருகிறது. அவள் அருகில் நிற்கிறது. காரில் 'லிப்ட்' கொடுத்தவன் கங்காவைக் கெடுத்து விடுகிறான்! இது அவள் விரும்பியோ விரும்பாமலோ நடந்து விடுகிறது.

கங்கா அழுது கொண்டே அம்மாவிடம் வந்து சொல்கிறாள். கூட்டுக் குடும்பம் பிரச்சனையாகி விடக் கூடாது என்று அம்மா மகளுக்கு நடந்ததை மறைக்கிறாள். கங்காவின் தலையில் தண்ணீரை ஊற்றி 'எல்லாம் சரியாகி விட்டது' என்கிறாள். 'இத்தோடு இதை மறந்து விடு' என்று மகளுக்குச் சொல்கிறாள்.

6. அக்னிப் பிரவேசமும் சர்ச்சைகளும்

அக்னிப் பிரவேசத்தின் கதை முடிவு சமுதாயத்தில் பெரும் கலாச்சார அதிர்வுகளை ஏற்படுத்தியது.

'கற்பு' என்ற புனித விஷயத்தை இவ்வளவு எளிதாகக் கடந்து செல்வதா என்று ஆயிரம் கேள்விகள் ஜெயகாந்தனுக்கு முன் வைக்கப்பட்டன.

அக்னிப் பிரவேசத்திற்கு வந்த எதிர்வினைகளுக்கு ஒரு எதிர்வினையாக சில நேரங்களில் சில மனிதர்கள் நாவலை ஜெயகாந்தன் எழுதினார்.

அக்னிப் பிரவேசத்தின் முடிவை மாற்றினால் கங்காவின் வாழ்வில் என்ன நடக்கும் என்று நாவல் கற்பனை செய்திருக்கிறது.

அதனால் நாவலின் முழுக் கதையும் கங்கா என்கிற பெண் கதாபாத்திரம் பற்றிய சர்ச்சையாக உருக் கொள்ளுகிறது.

7. சில நேரங்களில் சில மனிதர்கள் – கதைச் சுருக்கம்

அக்னிப் பிரவேசம் கதையின் முடிவு நாவலில் தலைகீழாக மாறுகிறது.

கங்கா அம்மாவிடம் நடந்ததைச் சொல்லுகிறாள். 'எம் பொண்ணு கெட்டுப் போய் விட்டாளே' என்று அம்மா கூச்சலிடுகிறாள்.

அண்ணனுக்கு விஷயம் தெரிகிறது. அக்கிரகாரமே பார்க்கிறது. கணேசன் தாயையும் தங்கையும் வீட்டை விட்டு வெளியேற்றுகிறான்.

‘கெட்டுப் போன பாலை வெளியே தான் ஊற்ற வேண்டும்’ என்று அண்ணி சொல்லுகிறாள்.

பிரபல வக்கீல் வெங்கு மாமா கங்காவைப் படிக்க வைத்து பெரிய ஆளாக்குவதாக அழைத்துச் செல்லுகிறார்.

ஏற்கனவே கெட்டுப்போன கங்காவை தன் ஆசைக்குப் பயன்படுத்தி கொள்ளலாம் என்பது வெங்கு மாமாவின் கணக்கு.

மாமாவை சமாளித்து படித்து முன்னேறுகிறாள் கங்கா. சென்னையில் அரசு அலுவலகத்தில் உயர் பதவியில் அமருகிறாள்.

கங்காவும் தாய் கனகமும் தனியே வாழ்கிறார்கள்.

கங்கா படித்த முன்னாள் கல்லூரியின் நூலகர் விசுவநாத சர்மா கங்காவின் கதையைப் பத்திரிகையில் எழுதுகிறார்.

கங்கா அதைப் படிக்கிறாள். மகளுக்கு நேர்ந்ததை மறைத்த தாயின் முடிவைச் சொல்லும் கதையை கங்கா அம்மாவிடம் கொடுக்கிறாள்.

இந்தக் கதையில் வரும் தாய் போல் தான் நடந்து கொள்ளவில்லையே என்று அம்மா வேதனைப்படுகிறார்.

ஆனால் வெங்கு மாமா அக்கினிப் பிரவேச கதையின் கருத்தை எதிர்க்கிறார்.

எதிர்காலத்தைப் பற்றிக் கவலைப்படும் கங்காவிடம் ‘நீ ஒருவனுக்கு மனைவியாக முடியாது. வைப்பாட்டியாகத்தான் வாழ முடியும்’ என்கிறார் மாமா.

‘தன்னைக் கெடுத்தவனைக் கண்டுபிடித்து அவன் கூடவே கங்கா வாழட்டுமே!’ என்று வெங்கு மாமா சவால் விடுகிறார்.

அக்னிப் பிரவேசம் கதை எழுதிய ஆர்.கே.வி.யின் மூலம் அந்த அவனைத் தேட கங்கா முடிவு செய்கிறாள். எழுத்தாளரைச் சந்திக்கிறாள்.

அந்த அவனின் பெயர் பிரபு என்பது தெரிகிறது. பிரபுவின் தொலைபேசி எண்ணில் தொடர்பு கொள்கிறாள். 15 வருடத்திற்கு முன் நடந்ததை கூறுகிறாள்.

சம்பவம் நடந்த அதே இடத்தில் பிரபுவும் கங்காவும் சந்திக்கிறார்கள்.

‘கங்காவிடம் கல்யாணம் ஆகி விட்டதா?’ என்று பிரபு கேட்கிறான்.

'கல்யாணம் என்பது சந்தோஷமான விஷயம்' என்று கூறி கங்கா விரக்தியாக சிரிக்கிறாள்.

தன்னைக் கெடுத்த போது பிரபு திருமணமாகி குழந்தையும் உடையவனாக இருந்திருக்கிறான் என்பதை கங்கா தெரிந்து கொள்கிறாள்.

'என் வாழ்க்கையில் நான் கெடுத்த ஒரே பெண் நீதான்' என்று பிரபு கங்காவிடம் சொல்கிறான்.

தனக்குக் கல்யாணம் நடக்கவில்லை என்பதைப் பற்றி தான் கவலைப்படவில்லை. என்றாலும் கல்யாணம் ஆகாதவர்களுக்கு சமூகத்தில் மதிப்பில்லை என்கிறாள் கங்கா

'ஒரு பெண்ணின் விருப்பம் இல்லாமல் தான் யாரையும் தொட்டதில்லை. கற்பழித்து விட்டதாக சொல்லி விடாதே' என்று கங்காவிடம் பிரபு வேண்டுகிறான்.

ஒரு நாள் கடற்கரையில் உட்கார்ந்து பிரபுவும் கங்காவும் பேசுவதை கணேசன் பார்த்து விடுகிறான். கங்காவைக் கண்டிக்கும்படி அம்மாவிடம் கூறுகிறான்.

பிரபு-கங்கா பழக்கம் தொடருகிறது. பிரபு அலுவலகத்திற்கும் வருகிறான். வீட்டிற்கும் வருகிறான்.

பிரபு வருவதை அம்மா விரும்பவில்லை. அவனை யார் என்று கேட்கிறார். அவன்தான் அவன் என்கிறாள் கங்கா.

'அவனுடன் சுற்றுவதற்காகத்தான் இந்த அலங்காரமா?' என்று அம்மா கேட்கிறார்.

பிரபுவிடம் இதைச் சொல்லுகிறாள் கங்கா. 'அவன் தன்னை வைத்திருப்பதாக அம்மா சொல்லுகிறார்' என்கிறாள்

அதைக் கேட்ட பிரபு 'இது சரியல்ல நீ ஒரு கல்யாணம் பண்ணிக்க, எல்லாம் சரியாகி விடும்' என்கிறான். அவளுக்குக் கல்யாணம் பண்ணி வைக்க போவதாகக் கூறுகிறான்.

பிரபு-கங்கா பழக்கத்தை விரும்பாத அம்மா மகன் கணேசன் வீட்டிற்குப் போய் விடுகிறாள்.

அம்மா வீட்டில் இல்லாத நேரத்தில் வெங்கு மாமா வந்து கங்காவுக்குத் தொல்லை கொடுக்கிறார்.

'உன்னிடம் ஒருவன் பலாத்காரத்தைப் பிரயோகிக்கும் போது அகிம்சையைக் கடைப்பிடிக்க வேண்டியதில்லை. அவன் மீது எந்த ஆயுதத்தையும் பிரயோகிக்கலாம்' என்று பெண்களுக்கு காந்தி கூறியதை நினைத்துக் கொண்ட கங்கா, மாமாவைக் கீழே தள்ளி விடுகிறாள்.

அதை எதிர்பார்க்காத வெங்கு மாமா வீட்டை விட்டு வெளியேறுகிறார்.

கங்காவிற்குத் திருமணம் செய்து வைக்க பிரபு, ஆர்.கே.வி., அம்மா, அண்ணன் கணேசன் ஆகியோர் முயற்சி செய்கிறார்கள். ஆனால் கங்கா திருமணத்தை விரும்பவில்லை.

'பிரபுவை கல்யாணம் பண்ணிக்க' என்கிறான் கணேசன்.

'கல்யாணம் பண்ணினாத்தானா?' என்று கேட்கிறாள் கங்கா.

கணேசன் பிரபுவை பார்த்து முறையிடுகிறான்.

கங்காவிடமிருந்து விலகிக் கொள்வதாக பிரபு சொல்லுகிறான். அது தான் நான் செய்த தவறுக்குப் பிராயச் சித்தம் என்று நினைக்கிறான்.

பிரபுவின் முடிவை கணேசன் கங்காவிடம் கூறுகிறான்.

கங்கா நிலைகுலைந்துப் போகிறாள். கல்யாணம் வேண்டாம் என்பதில் உறுதியாக இருக்கிறாள்.

பிரபு கங்காவைப் பார்க்க வரவில்லை. கங்கா பிரபு வீட்டுக்குப் போகிறாள். அப்பா பெங்களூர் போய்விட்டதாக பிரபுவின் மகள் மஞ்சு கூறுகிறாள்.

சில தினங்களுக்குப் பிறகு கங்கா பிரபுவிடம் போனில் பேசுகிறாள். பிரபுவின் புறக்கணிப்பைப் பற்றி உருக்கமாகக் கேட்கிறாள்.

பிரபு அழுகிறான்.

வீட்டுக்கு வரச் சொல்கிறாள் கங்கா. வீட்டுக்கு வந்த பிரபு திருமணம் செய்து கொள் என்று வற்புறுத்துகிறான்.

கங்கா மறுக்கிறாள். கங்காவின் வீட்டுக்கு வருவதை நிறுத்தி விடப்போவதாக பிரபு கூறுகிறான்.

பிரபுவைக் காதலிப்பதாக கங்கா சொல்லுகிறாள். 'You are my man' என்று கூறி அவனைத் தொடுகிறாள்.

'உன் நிலைக்கு நான் தான் காரணம், நீ யாரையாவது கல்யாணம் செய்து கொள்வதையே விரும்புகிறேன்' என்கிறான் பிரபு. அவளுக்கு 'குட்பை' சொல்லி விட்டுப் போகிறான்.

கங்கா பிரபுவின் நினைவோடு தனித்து வாழ்கிறாள்.

பிரபு வைத்துச் சென்ற 'விஸ்கி' யை குடிக்கிறாள். குடிப்பழக்கம் தொற்றிக் கொள்கிறது. கங்கா குடிகாரியாக மாறிப் போகிறாள்.

8. சில கருத்துக்கள்:

'கெடுத்தவனுடன் வாழ நினைப்பது பிற்போக்குத் தனம். நெருடலான ஒன்று.'

'கங்காவை அக்னிப் பார்வை கொண்டவளாக மாற்றி இருக்கலாம். ஆனால் அவள் அக்னிப் பிரவேசப் பெண்ணாக இருக்கிறாள்.

- கவிஞர் ராசி அழகப்பன்

'கங்கா சீதையின் மறு வடிவமா? ராமன் இல்லாமல் சீதை இல்லை. பிரபு இல்லாமல் கங்கா இல்லை என்பது சரியா?

- எழுத்தாளர் ஜெயமோகன்

9. முடிவுரை:

கங்கா கதாபாத்திரம் தமிழ வாசகர்களின் உள்ளங்களைக் கவ்வி பிடித்த ஒன்று. கதையின் முடிவு வாசகர்களை வேதனைப் படுத்தியது. கங்காவின் துன்பத்தைப் பார்த்துக் கண்ணீர் விட்டார்கள்.

ஓர் எழுத்தாளன் என்ற முறையில் கங்காவிற்காக அதிகம் வருத்தப்பட்டதாக ஜெயகாந்தன் கூறியிருக்கிறார்.

குறைந்த வயதிலேயே ஜெயகாந்தனுக்கு சாகித்ய அகடமி விருது கிடைக்க காரணமாக 'சில நேரங்களில் சில மனிதர்கள்' அமைந்தது.

4

வேருக்கு நீர்

வேருக்கு நீர் நாவலை எழுதியவர் திருமதி ராஜம் கிருஷ்ணன். 1973ஆம் ஆண்டு சாகித்ய அகடமி விருது வேருக்கு நீர் நாவலுக்குக் கிடைத்தது.

சாகித்ய அகடமி விருது பெற்ற முதல் தமிழ்ப் பெண் எழுத்தாளர் ராஜம் கிருஷ்ணன்.

1925ஆம் ஆண்டு முசிறியில் பிறந்த ராஜம் கிருஷ்ணனுக்கு பூர்வீகம் நெல்லை மாவட்டம்!

சிறுவயதிலேயே திருமணம். கூட்டுக்குடும்ப வாழ்க்கை. எந்த சந்தர்ப்பத்திலும் எழுதும் ஆர்வத்தை விட்டுக்கொடுக்காதவர்.

ராஜம் கிருஷ்ணன் படிப்பு, எழுத்துத் துறையில் தன் முயற்சியால் முன்னுக்கு வந்தார். கணவர் அரசு ஊழியர் என்பதால் ஊர் விட்டு ஊர், மாநிலம் விட்டு மாநிலம் செல்ல நேர்ந்தது.

அந்த வாய்ப்பை ராஜம் கிருஷ்ணன் நன்கு பயன்படுத்திக் கொண்டார்.

ராஜம் கிருஷ்ணன் எழுத வந்த காலத்துப் பெண் எழுத்தாளர்கள் குடும்பக் கதைகளை எழுதி வந்த நேரத்தில் இவர் சமூக, அரசியல் பார்வையுடைய கதைகளை எழுதினார்.

அறிவார்ந்த சிந்தனை, செயல்பாடு இவரை தொடர்ந்து எழுதச் செய்தன. 40 நாவல்கள், சிறுகதைத் தொகுப்புகள், கட்டுரைத் தொகுப்புகள், குழந்தை இலக்கியம், கவிதைகள், வாழ்க்கை வரலாறுகள் என நிறைய எழுதினார்.

இவரது எழுத்துகள் பெண்ணியக் கருத்துகளை ஓங்கி ஒலித்தன. 'காலந்தோறும் பெண்' என்ற இவரது நூல் வரவேற்பைப் பெற்றது.

பிற எழுத்தாளர்களிடமிருந்து வேறுபட்டவர் ராஜம் கிருஷ்ணன். ஒரு நாவலை எழுதுவதற்கு எடுத்துக் கொள்ளும் சமூகப் பிரச்சனை எங்கே இருக்கிறதோ அங்கே சென்று கள ஆய்வு செய்து எழுதியவர்.

நீலகிரி மலைக்குச் சென்று தங்கி மலைவாழ் மக்களின் பிரச்சனைகளை 'குறிஞ்சித் தேன்' நாவலாக எழுதினார்.

தூத்துக்குடி உப்பளத்திற்குச் சென்று அங்கு வாழ்ந்து அனுபவம் பெற்று 'கரிப்பு மணிகள்' நாவலை எழுதினார்.

சம்பல் பள்ளத்தாக்கில் கொள்ளையர்களைச் சந்தித்துப் பேசி முள்ளும் மலர்ந்தது நாவலை எழுதினார்.

பொதுவுடைமை தத்துவத்தின் மீது ஈடுபாடு கொண்டவர். 2002 ஆம் ஆண்டில் சோவியத் நாட்டின் வீழ்ச்சி, இடதுசாரி இயக்கங்களின் தோல்வி பற்றி 'உத்திரகாண்டம்' எனும் நாவலாக எழுதினார்.

'வேருக்கு நீர்' நாவல் காந்தி நூற்றாண்டை ஒட்டி (1969) எழுதப்பட்ட நாவல் ஆகும்.

'வேருக்கு நீர்' கதைச் சுருக்கத்தைப் பார்ப்போம்.

யமுனா காந்தி நூற்றாண்டு விழாவுக்காக ஆசிரமக் குழந்தைகளை வைத்து கலை நிகழ்ச்சி தயாரிக்கிறாள்.

யமுனாவின் தந்தை ராம்ஜி, தாயார் ருக்குமணி. இவர்கள் தான் ஆசிரமத்தை நடத்துகிறார்கள்.

துரை பி.இ. படித்தவன். வேலை கிடைக்கவில்லை; ஆசிரமத்திற்கு உதவியாக இருக்கிறான்.

நீலகிரி மலையில் ஆசிரமம் இருக்கிறது. பழங்குடி மக்களுக்கு ஆசிரமம் இயற்கை வைத்திய சேவை செய்கிறது. ராம்ஜி உடல் நலமில்லாமல் படுக்கையில் இருக்கிறார்.

அணைக்கட்டு, மின்சாரம். பொழுதுபோக்குத் திட்டங்களால் நீலகிரி மலைத்தொடர் மிகவும் மாறியிருப்பதை யமுனா பார்க்கிறாள். ஏழை, எளிய மக்களை ஏமாற்றும் அரசியல் போக்கையும் அறிந்திருந்தாள்.

ராம்ஜியின் சேவா ஆசிரமத்தில் பங்கு பெற வந்தவர் ஜோசப் மலையாளி. யமுனாவை சிறுவயது முதல் அறிந்தவர். யமுனா அவரை அம்மாவன் என்றுதான் அழைப்பாள்.

ஆசிரம விழாவிற்கு ஜோசப் வந்திருக்கிறார். குடும்ப நண்பர் கமலம்மாவும் வந்திருக்கிறார்.

விழா முடிந்த பிறகு யமுனா கமலம்மா வீட்டில் தங்குகிறாள்.

கமலம்மாவின் மகன் சுதீர் மேல் நாட்டில் படித்தவன். அவனுக்கு வன்முறைப் புரட்சியின் மீது நம்பிக்கை. காந்தீயம் பிற்போக்கு என்பான்.

கமலம்மாவின் கவலை சுதீர் மீதுதான். அவன் சரியாக வீட்டுக்கு வருவதில்லை; தலைமறைவாகத் திரிந்தான்.

'புரட்சி வழி தப்பு வழி. அதன் மூலம் சமத்துவம் வராது' என்பது யமுனாவின் கொள்கை.

சுதிரும் யமுனாவும் ஒருவரையொருவர் விரும்பினர் சுதீரின் தீவிரப் போக்கை மட்டுந்தான் யமுனா விரும்பவில்லை.

அன்றிரவு சுதிர் வீட்டுக்கு வந்தான். யமுனாவைப் பார்த்துப் பேச அவனுக்கு ஆர்வம் இருந்தது. ஆனால் இருவருக்கும் கொள்கைப் போர் தான் ஏற்பட்டது.

அகிம்சை ஆஷாடபூதித்தனம். 47ல் கிடைத்த சுதந்திரம் கொழுத்த முதலாளிகளுக்கானது. என்கிறான் சுதீர்.

'இரத்தப் புரட்சி நடந்த நாட்டில் உண்மையிலேயே சமத்துவம் இருக்கிறதா? அமைதி இருக்கிறதா?' என்று யமுனா கேட்கிறாள்.

அடுத்த நாள் யமுனா அம்மாவனுடன் சென்னைக்குக் கிளம்பினாள். யமுனா பெரியப்பா வீட்டுக்குச் செல்கிறாள். சென்னை சர்வதேச சேவா சங்கத்தில் யமுனாவையும் பேச அழைத்திருந்தனர்.

பெரியப்பாவின் சார்பில் யமுனாவை அழைத்துப் போக இந்துநாத் சென்ட்ரலுக்கு வந்திருந்தான்.

இந்து நாத் இளைஞர் காங்கிரஸ் தலைவன். ஓர் அரசியல் வியாபாரி.

யமுனாவின் அழகு அறிவு, பேச்சாற்றலைப் பார்த்து அவளை அரசியலில் சேர சொல்லி வற்புறுத்துகிறான். அவளை பெரிய தலைவியாக்குவதாக ஆசை காட்டுகிறான்.

அவன் கூறுவதை யமுனா ஏற்கவில்லை.

பெரியப்பாவின் பேத்தி நீருவுக்குத் திருமணம் நிச்சயமாகி இருந்தது. நீருவின் தம்பி ரவி கல்லூரி மாணவன்.

பெரியப்பா யமுனாவின் எதிர்கால பற்றிக் கவலைப்படுவதாக கூறினார். யமுனாவிற்கு காந்தீயப் பாதை வேண்டாம், என்கிறார்.

பெரியப்பாவை மீறி உலக சேவா சங்க கூட்டத்தில் யமுனா பேசுகிறாள். சுதீர் கூட்டத்திற்கு திடீரென்று வந்து காந்தியத்தை எதிர்த்துக் கோஷமிடுகிறான். புரட்சிப் பாதை வாழ்க என்கிறான்.

இந்துநாத் யமுனா சிறப்பாகப் பேசியதாக புகழ்கிறான். ஹோட்டலுக்கு காபி சாப்பிட அழைத்துச் சென்று அவள் மீது கை போடுகிறான். அவளிடமிருந்து யமுனா தப்பித்து பெரியப்பா வீட்டுக்கு வருகிறாள்.

யமுனாவின் மனம் தெரியாமல் பெரியப்பா இந்துநாத்தைத் திருமணம் செய்து கொள்ள சொல்லுகிறார்.

யமுனா ஊருக்குப் புறப்படுகிறாள். வேலைக்கான நேர்காணலுக்கு வந்திருந்த துரை துணைக்கு வருகிறான்.

யமுனாவின் அம்மா ருக்குமணிக்கு யமுனாவை துரைக்குத் திருமணம் செய்து வைத்து விடலாம் என்ற எண்ணம் தோன்றுகிறது.

சுதீரை அவள் மனம் விரும்பினாலும் சந்தர்ப்ப சூழ்நிலையால் துரையை மணக்க சம்மதிக்கிறாள்.

யமுனா எனும் எட்டாக்கனியை மனைவியாக அடைவோம் என்று துரை எதிர்பார்க்கவில்லை.

துரை பி.இ. படித்திருக்கிறான். படுகர் வகுப்பைச் சேர்ந்தவன். பெற்றோரைப் போலவே யமுனாவும் எந்த வேற்றுமையும் பார்க்காதவள்.

துரைக்கு கல்கத்தாவில் வேலை கிடைக்கிறது. யமுனாவும் புது மனைவியாக துரையுடன் செல்கிறாள்.

கல்கத்தா கலவர பூமியாக இருக்கிறது. இந்து-முஸ்லிம் மோதல்கள் நடந்து கொண்டிருந்தன. கலவரத்தில் பாதிக்கப்பட்ட ஒரு குடும்பத்திற்கு யமுனா உதவுகிறாள். துரை அதை விரும்பவில்லை.

யமுனாவைத் தடுக்கிறான். யமுனாவிற்கு ஆபத்து வருவதைப் பார்த்து கொண்டிருக்க முடியாது என்கிறான். அவள் அவனுக்குக் கிடைத்த புதையல். அதை இழக்க முடியாது என்கிறான்.

திருமணம் காவலா? தடையா? என்று யமுனா பேசுகிறாள்.

துரை யமுனாவுடன் உல்லாசமாக வாழ விரும்புகிறான். யமுனா இலட்சியங்களை நினைத்துக் கொண்டிருந்தாள்.

தன் தாயைப் போல் திருமண வாழ்க்கையில் புகுந்தாலும் தன் தந்தையைப் போல துரை இருப்பானா என்று யமுனா சிந்திக்கிறாள்.

துரையும் தாழ்வு மனப்பான்மையுடன் இருக்கிறான். தன் நிறம் கருப்பு, மட்டமான சாதி என்பதால் யமுனா வெறுப்பதாகப் பேசுகிறான்.

யமுனாவிற்குக் கண்ணீர் பொங்குகிறது.

'நீ சுதீரை காதலித்தாய் அல்லவா!' என்று கேட்கிறான் துரை.

'அப்படியெல்லாம் பேசாதீங்க' என்கிறாள் யமுனா.

'பார்த்தாயா? நீ அவனையே நினைச்சுட்டுத்தான் இருக்கிறாய்' என்கிறான்.

யமுனா தன் கரங்களால் அவன் வாயை மூடுகிறாள்.

'நான் சத்தியத்தின் வழி நடப்பவள், அதற்கு மாறான எண்ணங்களை அனுமதிக்க மாட்டேன்' என்கிறாள் யமுனா.

கல்கத்தாவிலிருந்து பாட்னாவிற்கு மாறுதல் வாங்கிக் கொள்கிறான் துரை.

பாட்னாவிற்கு ரயிலில் செல்ல துரையும் யமுனாவும் வருகிற நேரத்தில் சுதீரைச் சந்திக்கிறார்கள். சுதீர் அவர்களுக்குத் திருமண வாழ்த்து கூறுகிறான். இனிப்புப் பொட்டலத்துடன் ஒரு புத்தகமும் பரிசளிக்கிறான். காந்தி என்ற ஒருவர் நாட்டுக்கு எந்த அளவில் கேடு செய்திருக்கிறார் என்பது தலைப்பு. சுதீர் எழுதியது.

'புத்தகத்தைக் கிழித்துப் போடுங்கள்' என்கிறாள் யமுனா

'புத்தகத்தில் என்ன சொல்லுகிறார் என்பதைப் பார்ப்போம்' என்கிறான் துரை.

பாட்னாவிலும் யமுனாவின் சமூக சேவை தொடர்கிறது. வீட்டுக்கு அருகிலுள்ள ஏழை எளிய குழந்தைகளுக்கு உதவி செய்கிறாள். இது துரைக்குப் பிடிக்கவில்லை.

புதிய அலுவலகத்தில் சேர்க்கை காரணமாக துரையின் போக்கு மாறுகிறது. இரவு விருந்துகளுக்குச் சென்று குடித்து விட்டு வருகிறான். யமுனாவிற்கு இது அதிர்ச்சியாக இருக்கிறது.

ஒருமுறை விருந்திற்காக மதுபான புட்டிகள் வீட்டில் இருந்தன. அவற்றை உடைத்து யமுனா குப்பையில் கொட்டுகிறாள்.

இதனால் துரை யமுனாவைத் திட்டி கன்னத்தில் அறைகிறான்.

அந்த நேரத்தில் அம்மாவன் ஜோசப் வருகிறார். யமுனா அழுகிறாள். ஆறுதல் சொன்ன அம்மாவன் இருவரும் அன்போடு வாழ வேண்டும் என அறிவுரை கூறுகிறார்.

அடுத்த நாள் அம்மாவன் போய் விடுகிறார். யமுனாவிற்குள் போராட்டம். அவர்களுக்கிடையே தோன்றிய பிளவை எப்படி சமாளிக்கப் போகிறாள்?

'நான் ஒரு சாதாரண மனிதன்; சராசரி மனிதனின் ஆசைகளுடன் வாழும் என்னோடு நீ ஒத்துப் போக முடியாது. நீயே ஒரு தீர்மானம் செய்து கொள்' என்கிறான் துரை.

அடுத்த நாள் விருந்தில் குண்டு வெடிக்கிறது. துரை காயமடைகிறான். ஒரு காலை இழக்கிறான்.

யமுனா மருத்துவமனைக்குச் செல்கிறாள். 'நான் இப்போது நொண்டியாகி விட்டேன். இனிமேல் என்னை மதிக்க மாட்டாய்' என்கிறான் துரை.

யமுனா கர்ப்பமுற்றிருக்கிறாள். அதை துரைக்குச் சொல்லுகிறாள்.

'நொண்டித் தகப்பனாக இருக்க விருப்பமில்லை. கருவைக் கலைத்து விடு' என்கிறான் துரை.

யமுனா மன வேதனையுடன் வீட்டுக்கு வருகிறாள். வேலைக்காரி சம்பாவைத் தாயாக நினைத்து துன்பத்தை மறக்கிறாள், யமுனா.

'வேருக்கு நீர்' கதையின் முடிவு ஜெயகாந்தனின் 'ஒரு நடிகை நாடகம் பார்க்கிறாள்' நாவலின் முடிவோடு ஒத்துப்போகிறது.

கல்யாணியுடன் ரங்கசாமி சேர்ந்து வாழ கல்யாணியை நடக்க முடியாமல் செய்கிறார் ஜெயகாந்தன்.

'வேருக்கு நீர்' நாவலிலும் யமுனா துரையைப் பிரிந்து போகாமல் இருக்க துரையின் காலை ஊனமுற செய்திருக்கிறார் ராஜம் கிருஷ்ணன்.

இரு நாவல்களிலும் தம்பதிகளுக்கிடையே உள்ள பிரச்சனை கணவர்களுக்கு ஏற்படும் தாழ்வு மனப்பான்மை. கல்யாணியும்

யமுனாவும் உயர்ந்த நிலையில் உள்ளதாக நினைக்கிறார்கள். இது ஆணாதிக்கச் சிந்தனையின் வெளிப்பாடுதான்.

'வேருக்கு நீர்' நாவலில் யமுனா, துரை ஆகிய கதாநாயகப் பாத்திரங்களை ராஜம் கிருஷ்ணன் சிறப்பாகச் சித்தரிக்கிறார்.

அகிம்சை, சத்தியம், ஒழுக்கம், நேர்மை, பொதுநலம் ஆகிய கொள்கைகள் வலுவிழந்து போய் விட்டதை அடிப்படையாக வைத்துப் பின்னப்பட்ட நாவல் 'வேருக்கு நீர்' எனலாம்.

அடிப்படையான நல்ல பண்புகள் வேர் போன்றவை. வேருக்கு நீர் ஊற்றிப் பாதுகாக்க வேண்டுமென்பதே நாவல் சொல்ல வரும் செய்தியாக நான் கருதுகிறேன்.

▼

5

சக்தி வைத்தியம்

நாவலாசிரியர் தி.ஜானகிராமன் எழுதிய சக்தி வைத்தியம் (சிறுகதைத் தொகுப்பு) நூலுக்கு 1979-ஆண்டிற்கான சாகித்ய அகடமி விருது கிடைத்தது.

தி.ஜா., தஞ்சை (மா.) மன்னார்குடிக்கு அருகிலுள்ள தேவக்குடி எனும் ஊரில் 18.6.1921-ல் பிறந்தார்.

தி.ஜா., கும்பகோணம் அரசினர் கல்லூரியில் B.A., L.T., படித்தார். கு.ப.ரா. கரிச்சான்குஞ்சு, எம்.வி. வெங்கட்ராம் ஆகியோர் கல்லூரித் தோழர்கள்.

1948 முதல் 1957 வரை ஆசிரியப் பணியில் இருந்தார். பின்னர் அவர் 1954 முதல் சென்னை வானொலி நிலையம், தில்லி வானொலி நிலையங்களில் வேலை பார்த்து 1981-ல் ஓய்வு பெற்றார்.

ஓய்வு பெற்ற பிறகு சென்னையில் இருந்தபோது கணையாழியின் பொறுப்பாசிரியராக இருந்தார்.

தி.ஜா. ஒரு வெற்றிகரமான எழுத்தாளர். 85 சிறுகதைகள் எழுதியவர். அவை பிடி கருணை, சிவப்பு ரிக்ஷா, கொட்டுமேளம், அக்பர் சாஸ்திரி, மனிதாபிமானம், யாதும் ஊரே, சக்தி வைத்தியம் என தொகுப்புகளாக வந்துள்ளன.

மோகமுள், அமிர்தம், அம்மா வந்தாள், மரப்பசு, நளபாகம், மலர்மஞ்சம், உயிர்த்தேன். அன்பே ஆராமுதே, செம்பருத்தி ஆகிய நாவல்களையும் எழுதியுள்ளார்.

நாடகங்கள், பயணநூல்கள், மொழி பெயர்ப்புகள் என அவரது எழுத்துப் பயணம் நீண்டது.

அவருடைய சிறுகதைத் தொகுப்பு, சக்தி வைத்தியம் 1978-ல் வெளிவந்தது.

இத்தொகுப்பில் 12 சிறுகதைகள் உள்ளன. இச்சிறுகதைகள் 1956 முதல் 1970 வரை வெளிவந்த கலைமகள், கல்கி, ஆனந்த விகடன், சுதேசமித்ரன் ஆகிய இதழ்கள் வெளியிட்ட தீபாவளி மலர்களில் வெளவந்தவை.

கங்கா ஸ்நானம் 1956-ல் எழுதப்பட்ட கதை, சின்னசாமியின் அக்கா கல்யாணமாகி மூன்று வருஷந் தான் புருஷனோடு வாழ்கிறாள். புருஷன் நோயினால் இறந்து போகிறான். புருஷன், துரையப்பாவிடம் வாங்கிய கடனை அடைக்க அக்கா விரும்பினாள். புருஷனின் நிலத்தை விற்கிறாள். ரூ. 4000 கிடைத்தது. கடன் ரூ. 3000. மொத்த பணத்தை தம்பியிடம் கொடுத்து கடனை அடைக்கக் சொல்லுகிறாள். மீதி பணத்தில் தனக்காக தம்பியை காசிக்குப் போகச் சொல்லுகிறாள். புருஷன் மறைவினால் அக்கா படுத்த படுக்கையாகயிருந்தாள்.

சின்னசாமி துரையப்பா வீட்டுக்குப் போகிறான். துரையப்பாவிடம் பணத்தைக் கொடுக்கிறான்.

முந்தினநாள் பணத்தை வாங்கிக் கொண்டு அடுத்த நாள் பணம் தரவில்லை என்று கூறி விடுகிறான் துரையப்பா; கோர்ட்டுக்கும் சென்று இரண்டாவது முறையாக பணத்தை வாங்கிக் கொள்கிறான்.

அக்கா விருப்பப்படி சின்னசாமி காசிக்குப் போகிறான். கங்கையில் ஸ்நானம் பண்ணும் போது துரையப்பாவும் காசிக்கு வந்திருப்பதை அறிகிறான். துரையப்பாவின் பாவத்திற்கும் சேர்த்து சின்னசாமி முழுக்குப் போடுகிறான்.

தி.ஜா. அருமையான கதை சொல்லி, தஞ்சை வட்டார மணம் கமழும் மொழியில் சின்னசாமியின் பதைபதைப்பை நமக்குள் கடத்தி விடுகிறார்.

தி.ஜா. வின் கதை தீர்மானம் 'பால்ய விவாகம்' பற்றி பேசுகிறது. விஷாலி 10 வயது சிறுமி, சோழி விளையாட தோழியை எதிர்பார்த்து திண்ணையில் உட்கார்ந்திருக்கிறாள். தோழி வர நாழியாகிறது.

விசாலி தன் கழுத்தில் கிடக்கும் திருமாங்கல்யத்தைக் கடிக்கிறாள்.

அதைப் பார்த்த அத்தை, 'உங்க ஆம்படையான் கோச்சிக்கப் போறாண்டி. ஏற்கெனவே கோபமாயிருக்கிறான். கொண்டு விடல்லே,

கொண்டு விடல்லே என்று காயறான். திருமாங்கல்யத்தை நசுக்கிண்டு வேற போகாதே.

விசாலுக்கு நடந்த பால்ய விவாகம் நம்மைத் திடுக்கிடச் செய்கிறது. அதிலும் இரண்டாந்தாரம்.

ஏதோ காரணமாக தந்தை விசாலியைப் புருஷன் வீட்டுக்கு அனுப்பவில்லை. மாப்பிள்ளை வீட்டிலிருந்து கூப்பிட வருகிறார்கள், தந்தையின் அனுமதியின்றி விசாலி புறப்பட்டு விடுகிறாள்.

பத்து வயது சிறுமியின் மனதில் இந்தத் தீர்மானம் எப்படி வந்தது? பெண்களுக்கு விதிக்கப்பட்ட விதி என்பது சிறுமிக்குத் தெரிந்திருக்கிறதோ!

கதையின் இறுதியில் வரும் தந்தை - மகள் உரையாடல் உணர்ச்சிகரமானது.

சோழிப் பெட்டியைக் கொண்டு வந்து கொடுக்கும் அப்பா மகளிடம் 'இதே வேலையாயிருக்காதே! சமத்தா இரு குழந்தே' என்கிறார்.

'விசாலி இன்னும் குழந்தைதான்! அந்தக் குழந்தை புருஷன் வீட்டில் என்ன செய்யப் போகிறது' என்ற கேள்வி நம் நெஞ்சைக் குடைகிறது.

மனிதர்களின் வாழ்க்கையில் வரும் பிரச்சனைகளைக் கதையாக்கி சொல்லுவதில் தி.ஜா. திறமையானவர்.

'அட்சராப்பியாசம்' கதையில் ஐயாறுவுக்குக் கல்யாணம் ஆன மூன்றாவது மாதத்திலே சித்தம் கலங்கி விடுகிறது. ஐயாறுவின் மனைவிக்குக் குழந்தை பிறக்கிறது. அந்தக் குழந்தை ஐயாறுவுக்குப் பிறந்ததுதானா என்பது சந்தேகம் இந்தச் சந்தேகம் எப்படி தீர்க்கப்படுகிறது என்பதுதான் கதை!

'முள் முடி' கதையைப் படிக்கும் போது தி.ஜா. ஆசிரியராக வேலை செய்தவர் என்பது நினைவுக்கு வருகிறது.

ஆசிரியர் அனுகூலசாமி ஓய்வு பெறும் போது ஊரும் பள்ளியும் மாணவர்களும் அவரை மேளதாளத்துடன் வீட்டில் கொண்டு போய் விடுகிறார்கள். நல்லாசிரியர் என்று பெயர் வாங்கியவர். ஒரு மாணவனையும் அடிக்காதவர், திட்டாதவர்.

அவரை அறியாமலே அவர் ஒரு மாணவனுக்கு 'அவனிடம் பிற மாணவர்கள் பேசக்கூடாது' என்று விதித்த தண்டனை முள் முடியாகிறது என்பதைச் சொல்லும் கதை இது.

'நாயக்கர் திருப்பணி' விறகுக் கடை வைத்திருக்கும் ஒரு நாயக்கரின் கதை, நல்ல பலசாலி, சர்க்கஸ் தெரிந்தவர். மகனுக்கும் அந்த வித்தையைச் சொல்லித் தருகிறார். இருவரும் சர்க்கஸ் கம்பெனியில் சேர்ந்து விடுகிறார்கள்.

நாயக்கருக்கு வயதாகி விட்டதால் ஊருக்கு திரும்பி விடுகிறார். மகன் சர்க்கஸ் காரியை திருமணம் செய்துக் கொள்கிறான்.

சிறுவயதிலிருந்தே நாயக்கரின் விறகுக் கடைக்கு வரும் ஒருவனின் நினைவிலிருந்து சொல்லப்படும் கதை.

'ஒரு சின்ன வாக்கு வாதம்' கதையும் ஒரு விறகுக் கடை முதலாளியின் கதை. முதலாளிக்கும் தொழிலாளிக்கும் இடையில் ஏற்படும் வன்மம் தோன்றாத வாக்குவாதங்களைப் பற்றிய கதை.

'கோதாவரிக்கு குண்டு' ஒரு சாதாரண கதை, வறுமையில் வாழும் கங்காபாய் பித்தளைப் பாத்திரத்தை அடகு வைத்து சினிமா பார்க்கும் பெண். மனைவியைப் பற்றி கணவர் தத்து ஒன்றும் சொல்லுவதில்லை. மன விசித்திரங்களை இக்கதை பேசுகிறது.

'சக்தி வைத்தியம்' புத்தகத்தின் தலைப்பு. கதை வித்தியாசமான கருப் பொருள்.

யாருடைய காதிலாவது நூறு சில் வண்டுகள் கத்துவது போல அந்த ஐந்து வயது பையன் கத்துவான். இப்படி நிறைய குறும்புகள்...

இந்த வால் முளைத்த பையனை எப்படி திருத்துவது? அம்மா செய்வதறியாது இருக்கிறாள்.

அந்தப் பையன் படிக்கும் பள்ளி ஆசிரியை பையனின் மீது புகாருடன் வருகிறார். வால்தனத்தைக் குணமாக்க ஒரு வைத்தியமும் சொல்லுகிறார். அது தான் சக்தி வைத்தியம்.

'மாதம் 30 ரூபாய்க்கு வண்ண காகிதங்கள் வாங்கிக் கொடுங்கள். அவன் நாள் முழுவதும் படம் வரையட்டும். அவன் சக்தி செலவாகி விடும். சேட்டைகள் செய்ய மாட்டான்' என்கிறார் ஆசிரியை.

'30ரூ. செலவு அதிகம்' என்கிறார் பையனின் அம்மா ஆலோசனையைக் கேட்டதற்கு நன்றி என்று கூறி ஆசிரியை விடை பெறுகிறார்.

ஒரு வாரம் கழிந்தது பையனின் 'ரேங்க் குறைந்து போனதைப் பற்றி பேசுவதற்கு அம்மா ஆசிரியை வீட்டுக்குச் செல்கிறார். ஆசிரியை வீட்டில் இல்லை. நாடக ஒத்திகைக்குப் போயிருக்கிறார். வீட்டில் கைக் குழந்தையைப் போட்டு விட்டு போயிருப்பதைப் பற்றி ஆசிரியையின் தாயார் புகார் சொல்லுகிறார். ஆசிரியைக்கு டிராமா ஒத்திகை சக்தி வைத்தியம் போலும் என்று கதை முடிகிறது.

'இசை பயிற்சி' கதை உயர்ந்த சாதியினரின் சங்கீதக் கலையை தாழ்ந்த சாதியினர் கற்றுக்கொள்வதிலுள்ள தடையை இச்சிறுகதைப் பேசுகிறது.

குப்பாண்டி வயலில் வேலை செய்கிற தொழிலாளி. தாழ்த்தப்பட்டவன். அவனுக்கு நல்ல சாரீரம். பாடும் போது மல்லி ஐயர் கேட்கிறார். அவனுக்கு சாஸ்திர சங்கீதம் சொல்லிக் கொடுக்க ஆசைப்படுகிறார். இந்த செய்தி அக்கிரகாரத்திலுள்ள பிராமணர்களுக்குத் தெரிகிறது. எல்லோரும் கேலியாக சிரிக்கிறார்கள். மல்லி ஐயருக்குத் தயக்கம் ஏற்படுகிறது. தயக்கத்தையும் மீறி குப்பாண்டிக்கு இசைப் பயிற்சியை வீட்டின் கொல்லைப் புறத்தில் கொடுக்கிறார்.

கொல்லைப் புறத்தில் தெருவே கூடி விடுகிறது. சிரிப்பும் கேலியும் உரக்கக் கேட்கிறது.

ஐயர் கோபம் கொள்கிறார். செல்லாத கோபம். சுருதிப் பெட்டியைத் தூக்கி எறிகிறார்.

விசால மனம் படைத்த ஒரு உண்மையான கலைஞனான மல்லி ஐயரின் உணர்வுகளை தி.ஜா. அருமையாக சித்தரித்திருக்கிறார்.

'விளையாட்டுப் பொம்மை' கதையில் வரும் வேணு மாமா பெரிய வக்கீல். வயோதிகம் மறதி நோயைத் தருகிறது. வேணு அடிக்கடி வெளியே போய் விடுகிறார். வீட்டுக்குத் திரும்பத் தெரிவதில்லை. உறவினர்கள் பயப்படுகிறார்கள். அவரைக் கவனிக்க மருமகன் வீட்டோடு இருக்கிறான்.

அதிகாரத்துடன் கம்பீரமாக வாழ்ந்த வேணு மாமா பேரப்பிள்ளைகளால் விளையாட்டுப் பொம்மை ஆக்கப்படுகிறார்.

'தாத்தா இது என்ன சொல்லு பார்ப்போம்.' ஒரு பென்சிலைக் காட்டி ஒரு கொள்ளுப் பேரன் அவரிடம் கேட்கிறான்.

'இதுவா? இதாலே தான் எழுதுவா?'

‘அதுக்குப் பேர் என்ன?’

‘பேர் எதுக்கு? அதான் செய்ற காரியத்தைச் சொல்லி விட்டேனே...’

‘ம்ம் அதெல்லாம் முடியாது. பேர் சொன்னாதான்...’

‘இது என்ன சொல்லு பார்ப்போம்?’ இன்னொரு பேத்தி பட்டனை விரலில் பிடித்துக் காட்டுகிறது.

‘சட்டைக்குப் போட்டிருக்கிறது.’

‘பேர் என்ன?’

‘பேரைத் தெரிஞ்சுண்டு என்ன ஆகணும் இப்போ?”

‘ம்.. சொல்லு பார்ப்போம்’.

‘உனக்குத் தெரியாது.’ என்று பேரப்பிள்ளைகள் கைதட்டி சிரிக்கிறார்கள்.

ஒரு வாழ்க்கைச் சித்திரத்தை இச்சிறுகதையில் தி.ஜா. அழகாகத் தீட்டியிருக்கிறார்.

வீடு : இது சிறுகதை அல்ல. குறுநாவல். சந்தானம், அம்பிகா, மகா தேவன் ஆகிய மூன்று பாத்திரங்களுக்கிடையிலான முக்கோணக் கதை.

சந்தானம் சொத்தும் செல்வாக்கும் உடைய பிரபல வக்கீல் குருசாமியின் பேரன். சந்தானத்தின் அப்பா தலைமையாசிரியர். சந்தானமும் எல்.ஐ.எம். படித்த வைத்தியர்.

சந்தானத்திற்கு அம்பிகாவுடன் திருமணம் நடக்கிறது. இருவரும் ஒரே தெருவைச் சேர்ந்தவர்கள். இது காதல் திருமணம் அல்ல. சந்தானத்தைத் தான் திருமணம் செய்து கொள்வேன் என்று சிறு வயதிலேயே அம்பிகா சொன்னதுண்டாம்!.

சந்தானம் அம்பிகா பக்தன். அம்பிகா மீதுள்ள அன்பினால் அன்பு என்று அழைக்கிறான். அன்பு அம்பாகி விடுகிறது. அம்பு சாதாரண அழகி அல்ல. ஒரு அமளி என்கிறார் தி.ஜா.

அம்பிகாவின் பேரழகு சந்தானத்தை மிரட்டுகிறது. அவனைத் தொட அஞ்சுகிறான். இரவில்தான் துணிவு வருகிறது. இரண்டு குழந்தைகளுக்கும் தந்தையாகிறான்.

அம்பிகா சந்தானத்தை மதிக்கவில்லை. சினிமா, டிராமா என்று அலைகிறாள்.

கிளினிக், வீடு, குழந்தை எல்லாவற்றையும் பார்த்துக் கொண்டு சந்தானம் வீட்டில் இருக்கிறான்.

இந்த நிலையில் சந்தானத்தின் வாழ்க்கையில் வில்லனாக மகாதேவன் நுழைகிறான். மகாதேவனைப் போல் ஒரு மலை விழுங்கியைப் பார்க்க முடியாது. காரியம் சாதிப்பதில் வல்லவன். மகாதேவனுக்கு சந்தானத்திடம் கம்பவுண்டர் வேலை.

இதனால் மகாதேவனுக்கும் அம்பிகாவுக்கும் தொடர்பு ஏற்படுகிறது. மகாதேவன் சுலபமாக அம்பிகாவை சந்தானத்திடமிருந்து அபகரித்துக் கொள்கிறான். வீடும் பறி போக இருந்தது. சந்தானம் சுதாரித்துக் கொள்கிறான்.

சந்தானம் மகாதேவனை வேலையிலிருந்து நீக்குகிறான். அம்பிகா மகாதேவனுடன் போய்விடுகிறாள். அவர்களுக்கு ஒரு குழந்தையும் பிறக்கிறது.

காலம் தான் மகாதேவனின் கணக்கை முடிக்கிறது. மகாதேவன் மாரடைப்பால் மரணமடைகிறான்.

சந்தானம் மட்டும் வீட்டில் தனிமையாக வாழ்கிறான். பொண்டாட்டி, குழந்தைகள் இல்லை.

பொதுவாக தி.ஜா. பெண் பாத்திரங்களை உயர்வு நவிற்சியாக சித்தரிப்பதுண்டு. மோகமுள், உயிர்த்தேன் நாவல்களில் அதைப் பார்க்கலாம். வீடு குறுநாவலில் வரும் அம்பிகாவும் அப்படித்தான்.

'வீடு' குறுநாவலில் ஆண்-பெண் உறவுச் சிக்கலை, மனக் கோணலை, பரிதவிப்பை மனதை ஈர்க்கும் நடையில் தி.ஜா. எழுதியிருக்கிறார்.

தி.ஜா. வின் எழுத்து அபூர்வமான சொற்கட்டுகள், தஞ்சைத் தமிழ் அழகுடன் 'சக்தி வைத்தியம்' சிறுகதைகளில் வெளிப்பட்டுள்ளன.

தி.ஜா. வின் நூற்றாண்டு 2022-ல் வந்தது.

அப்போது தமிழின் மோகன எழுத்தாளர் தி.ஜா.வின் படைப்புலகம் கொண்டாடப்பட்டது.

6

சேரமான் காதலி

கண்ணதாசன் எழுதிய சேரமான் காதலி நாவலுக்கு 1980 ஆம் ஆண்டு சாகித்ய அகடமி விருது கிடைத்தது.

கண்ணதாசன் புகழ் பெற்ற கவிஞர். திரைப்படப் பாடலாசிரியர். 4000 கவிதைகளையும் 5000 க்கும் மேற்பட்ட திரைப்படப் பாடல்களையும் எழுதியவர்.

சிறந்த எழுத்தாளராகவும் பேச்சாளராகவும் திகழ்ந்தவர்.

சண்டமாருதம், திருமகள், திரை ஒலி தென்றல், முல்லை, கண்ணதாசன் ஆகிய இதழ்களின் ஆசிரியராக இருந்தவர்.

கண்ணதாசனின் இயற்பெயர் முத்தையா காரைக்குடிக்கு அருகில் உள்ள சிறுகூடல் பட்டியில் 1927ஆம் ஆண்டில் பிறந்தவர். 1938 ஆம் ஆண்டு அமெரிக்காவிலுள்ள சிகாகோ நகரில் காலமானார்.

கண்ணதாசன் மரபுக் கவிஞராவார், காதல், வீரம், பக்தி ஆகிய பொருண்மைகளில் பாடினார். எழுதினார். பழந் தமிழ்க் கவிதையின் அழகை தன் சொந்த பாணியில் தந்தவர். மொழியில் அழகு, இனிமை, எளிமை இழைந்தோடியது.

கண்ணதாசன் 30 வருடங்கள் தமிழ்த் திரைப்படப் பாடல் உலகில் கோலோச்சியவர். அவரது பல பாடல்கள் பழந்தமிழ் இலக்கியத்தின் சாரமாக இருந்தது.

அவர் ஏராளமான நாவல்களையும் சிறுகதைகளையும் கட்டுரைகளையும் எழுதியவர்.

மாங்கனி, ஆட்டனத்தி ஆதிமந்தி, இயேசு காவியம், ஐம்பெருங்காப்பியம், முற்றுப் பெறாத காவியங்கள் ஆகியவை புகழ்பெற்ற கவிதை நூல்களாகும்.

அவர் 26 நாவல்கள் எழுதியுள்ளார். பெரும்பான்மையானவை சமூக நாவல்களாகும்.

10 சிறுகதைத் தொகுப்புகளும் வந்துள்ளன.

வனவாசம், மனவாசம் ஆகிய நூல்கள் அவருடைய சுய சரிதமாகும்.

40-க்கும் மேற்பட்ட கட்டுரை நூல்களை எழுதியவர். அதில் ‘அர்த்தமுள்ள இந்து மதம்’ பிரபலமானது.

கண்ணதாசன் அரசியல்வாதியாகவும் இருந்தவர். 1949-ல் திமுகவில் சேர்ந்தார். 1962-ல் தமிழ் தேசிய கட்சியில் சேர்ந்தார். 1964-ல் இந்திய தேசிய காங்கிரசில் இணைந்தார்.

திரைப்படத் துறையைச் சேர்ந்த முதல்வர்களான கலைஞர் கருணாநிதி, எம்.ஜி.ஆர்., ஜெயலலிதா ஆகியோருக்குக் கண்ணதாசன் நெருக்கமானவர்.

1978-ல் தமிழகத்தின் அரசவைக் கவிஞராக கண்ணதாசன் இருந்தார்.

‘சேரமான் காதலி’ நாவலின் நாயகன் மூன்றாம் சேரமான் பெருமாள் பாஸ்கர ரவி வர்மனாவார்.

பாஸ்கர் ரவி வர்மன் மன்னர் இரண்டாம் சேரமானின் மருமகன் ஆவார், சேரர் படையின் தளபதியாகவும் இருக்கிறார்.

மன்னர் இரண்டாம் சேரமான் தனது வளர்ப்பு மகள் பத்மாவதியை பாஸ்கர ரவி வர்மனுக்கு மணமும் செய்து வைக்கிறார்.

பாஸ்கர் ரவிவர்மனுக்கு இது கட்டாயத் திருமணமாகத் தெரிகிறது. அதனால் அவன் மனம் பத்மாவதியிடம் செல்லவில்லை. இது அரசருக்கும் தெரிந்த உண்மையாக இருக்கிறது.

யூஜியானா யூத தேசத்து கட்டழகி. அவளுடைய தந்தை நகை கடை வைத்திருக்கிறார். மாணிக்கக் கற்களை வாங்கச் சென்ற ரவிவர்மன் யூஜியானாவிடம் மனதைப் பறி கொடுக்கிறான்.

யூஜியானாவும் அவனை விரும்பினாள். தந்தை குறுக்கே நிற்கவில்லை மகளை விரும்புவது தளபதியாயிற்றே!

இரவு நேரங்களில் ரவிவர்மன் முக்காடு போட்டுக் கொண்டு யூஜியானா வீட்டுக்கு வருவான். இவ்வாறு இருவரும் காதலை வளர்த்து வந்தார்கள்.

மன்னர் இரண்டாம் சேரமான் வைணவ சமயத்தின் மீது ஈடுபாடு கொண்டவர். ஸ்ரீவில்லிபுத்தூரில் வாழும் பெரியாழ்வாரை குருவாக ஏற்றவர்.

மன்னர் குருவைச் சந்திக்கிறார். முடி துறந்து துறவியாகப் போவதாக அறிவிக்கிறார்.

பெரியாழ்வார் மன்னருக்குக் குலசேகர ஆழ்வார் என்ற பட்டப் பெயரைச் சூட்டுகிறார்.

மன்னர் இரண்டாம் சேரமான், முடி துறப்பதற்கு முன் தன் மகன் மார்த்தாண்ட வர்மனை அரசனாக்குகிறார். மார்த்தாண்டன் இளைஞன் என்பதால் அவனுடைய பதவியைக் காக்கும் பொறுப்பை நம்பூதிரிகள் சபை தலைவர் நாராயண நம்பூதிரியிடம் ஒப்படைக்கிறார்.

நாராயண நம்பூதிரி ராஜதந்திரத்தில் ஊறியவர்; சமயச் செல்வாக்கு உடையவர். நம்பூதிரி பாத்திரத்தை சாணக்கியன் உயரத்திற்குக் கண்ணதாசன் சித்தரிக்கிறார்.

முடி துறந்த மன்னர் குலசேகர ஆழ்வார் ஆகி திருவரங்கம் செல்கிறார். திருமாலின் மீது பதிகங்கள் பாடுகிறார். மக்கள் சமய ஞானியாக அவரைக் கொண்டாடுகிறார்கள்.

தலைநகரம் வஞ்சியில், அரசப் பதவிக்கான போட்டி ஆரம்பிக்கிறது. உறவு முறையில் மருமகனாக இருக்கும் பாஸ்கர ரவிவர்மன் வாரிசு அடிப்படையில் பதவிக்கு வந்திருக்கும் மார்த்தாண்டனுக்கு எதிராக நிற்கிறான்.

நாராயண நம்பூதிரி தன்னை ஆதரிக்க மாட்டார் என்பதை ரவிவர்மன் உணர்ந்தே இருந்தான்.

தளபதியான ரவிவர்மனின் திறமையை நம்பூதிரி அறிந்தே வைத்திருந்தார்.

சூட்டப்பட்ட மகுடம் மார்த்தாண்டனின் தலையில் நிலைக்குமா? அல்லது ரவிவர்மன் தலையில் ஏறுமா? என்ற கேள்விகளை முன்னிறுத்தி நாவலை கண்ணதாசன் விறுவிறுப்பாகக் கொண்டு செல்கிறார்.

அரச படையை வெல்வதற்கு தனக்கு விசுவாசமாக இருக்கும் படை போதாது என்று ரவிவர்மன் நினைக்கிறான்

பாண்டிய நாட்டுப் படையையும் கொங்கு நாட்டுப் படையையும் தனக்கு ஆதரவளிக்கும்படி தூது அனுப்புகிறான்.

வஞ்சியை ஆளும் உரிமை தனக்குக் கிடைத்தால் கப்பம் கட்டுவதிலிருந்து இரு நாடுகளையும் விடுவிப்பதாக ஆசை காட்டுகிறான். திட்டம் பலித்தது. மார்த்தாண்டன் மனைவியுடன் அரண்மனையை விட்டு ஓடுகிறான்.'

ஆளும் அரசனையே ஓடும்படி செய்த ரவிவர்மனால் நம்பூதிரியை அசைக்கக் கூட முடியவில்லை. காரணம், நம்பூரியின் சமயச் செல்வாக்கு. நம்பூதிரியின் கையால் தான் ரவிவர்மனே முடி சூட்டிக் கொள்ள வேண்டியிருக்கிறது.

ரவிவர்மன் மனைவி பத்மாவதியுடன் அரண்மனையில் குடியேறுகிறான்.

மூன்றாம் சேரமான் பெருமானாக முடி சூட்ட தேதி குறிக்கிறான். ஆனால் பொக்கிஷ அறையில் மகுடத்தைக் காணவில்லை.

ரவிவர்மன் அனுப்பிய படைகளால் மார்த்தாண்டனைப் பிடிக்கவும் முடியவில்லை; கொல்லவும் முடியவில்லை.

மார்த்தாண்டனுக்கு தெய்வம் பகவதி அம்மன் துணை செய்வதாக மர்மக்கதை போல் கண்ணதாசன் எழுதுகிறார்.

முடி துறந்த மன்னர் குலசேகர ஆழ்வார் திருக்கண்ணபுரத்தில் காலமாகிறார்.

இறுதி அஞ்சலி செலுத்த வந்தவர்களில் மார்த்தாண்ட வர்மனும் இருக்கிறான்; ரவிவர்மனும் இருக்கிறான். பாண்டிய மன்னரும் கொங்கு மன்னரும் இருக்கிறார்கள்; சோழன் விக்கிரமனும் இருக்கிறான்.

சேர நாட்டை இரண்டாகப் பிரித்து வஞ்சியை ரவிவர்மன் ஆள்வது என்றும், வேணாட்டை மார்த்தாண்ட வர்மன் வாழ்வது என்றும் சமரசத் திட்டம் ஏற்றுக் கொள்ளப்படுகிறது.

பகவதி அம்மனே கல்யாணி மூலமாக சமரசத்தை உபதேசிப்பதாகக் கதை சொல்லப்படுகிறது.

வஞ்சியின் மகுடத்தை நாராயண நம்பூதிரி ரவிவர்மன் தலையில் சூட்டுகிறார். ரவிவர்மன் மூன்றாம் சேரமான் பெருமாள் என்று அழைக்கப்பட்டான்.

மார்த்தாண்டனுக்கு புதிய மகுடம் தயாரானது. திருவிதாங்கோடு தலைநகரமானது. புதிய அரண்மனை எழுப்பப்பட்டது.

சேரமான் தன் காதலி யூஜியானாவுக்காக அரண்மனைக்கருகில் புதிய மாளிகையைக் கட்டி குடி வைத்தான். பத்மாவதிக்குப் பட்டத்து ராணி என்ற உரிமை தான் கிடைத்தது.

யூஜியானா குழந்தை உண்டாகிறாள். சேரமான் மகிழ்ச்சியடைகிறார். நாராயண நம்பூதிரி கலக்கமடைகிறார்.

சேரர் வம்சத்தில் கிறிஸ்தவர் எனும் புற சமயத்தைச் சேர்ந்த ஒரு வாரிசு வருவதை நம்பூதிரி விரும்பவில்லை.

சேரமானையும் யூஜியானாவையும் பிரிப்பதற்கு ஒரு சதியை பின்னுகிறார். அதில் பாண்டிய மன்னனும் அரசியும் பங்கேற்கிறார்கள்.

பாண்டிய அரசி குறத்தியாக வந்து யூஜியானாவுக்கு ஒரு முற்பிறவிக் கதையைச் சொல்லுகிறாள்.

அந்த முற்பிறவிக் கதை சொல்லும் அபாய எச்சரிக்கை யூஜியானாவுக்கு பிறக்கும் குழந்தை சேரமானைக் கொல்லப் போகிறது என்பதுதான்.

பாண்டிய அரசன் ராஜசேகரன் சுவாமியாக வந்து சேரமானுக்கு ஒரு பூர்வ ஜென்ம கதையைக் கூறுகிறார். அந்த கதையும் ஏறக்குறைய யூஜியானாவுக்குச் சொல்லப்பட்டது போன்றது தான்!

சேரமானும் யூஜியானாவும் கட்டுக் கதையை நம்புகிறார்கள். சேரமான் யூஜியானாவை பிரிய முடி வெடுக்கிறார். கண்ணீருடன், யூஜியானாவும் தந்தையுடன் யூத நாட்டுக்கு திரும்புகிறாள்.

யூஜியானா புறப்படுவதற்கு முன்பே வஞ்சி நாட்டுக்கு வந்து சேர்ந்து விட்டாள் இன்னொரு வஞ்சி. அவள் பெயர் சலீமா, அரேபியா தேசத்துக் கிளி.

சேரமானின் இதயத்தில் மறுபடியும் காதல் வசந்தம்! அது சலீமாவால் வசமாகிறது.

பட்டத்து யானைக்கு மதம் பிடித்து ராஜவீதியில் ஓடுகிறது. சலீமாவை தும்பிக்கையில் தூக்கி இருக்கிறது.

சேரமான் காப்பாற்றுவதற்காக வருகிறார். பட்டத்து யானை பணிகிறது; சலீமாவைப் பரிசாகத் தருகிறது.

சேரமானும் சலீமாவும் காதல் வயப்படுகிறார்கள். இந்தக் காதல் நாடகம் கடவுள் அமைத்த மேடையில் நடப்பதாகக் கண்ணதாசன் சொல்லுகிறார்.

சேரமானிடமிருந்து யூஜியானா பிரிக்கப்பட்டது போல் சலிமாவையும் அகற்றும் காட்சி அடுத்து வருகிறது.

சேரமான் அரண்மனையிலேயே முற்றுகையிடப்படுகிறார். ஒரு பக்கம் மார்த்தாண்டனின் எதிர்ப்பு; மறுபக்கம் பாண்டிய மன்னனின் படையெடுப்பு.

புற சமயம் சேர வம்சத்தில் கலக்கக் கூடாது. அதனால் சலீமாவைத் துறக்க வேண்டும். இல்லையென்றால், மகுடத்தைத் துறக்க வேண்டுமென்று நம்பூதிரி நிபந்தனை விதிக்கிறார்.

சேரமான் எதற்கும் சம்மதிக்கவில்லை. சலீமாவுக்குப் போட்டியாக யூஜியானா வரவழைக்கப்படுகிறாள். இதுவும் நம்பூதிரியின் திட்டமே.

சேரமான் யூஜியானாவை அன்போடு அணைத்துக் கொள்கிறார்; குழந்தையை கொஞ்சுகிறார்.

யூஜியானாவை சலீமா ஏற்றுக் கொள்கிறாள். சலீமாவை யூஜியானா ஏற்றுக் கொள்கிறாள். இருவரையும் பத்மாவதி ஏற்றுக் கொள்கிறாள்.

பெண்களுக்குள் குழப்பம் விளையவில்லை. அதனால் அரண்மனை முற்றுகை அதிகரித்தது.

சேரமானைக் கொல்ல முயற்சி நடக்கிறது. அதில் யூஜியானா உயிர்ப் பலியாகிறாள்.

சேரமான் உறுதியான முடிவை எடுக்கிறார். முடி துறக்கும் முடிவுதான் அது.

சேரமானுக்கு ஐந்து சகோதரிகளும், தம்பி குடும்பமும் உண்டு. சேர நாட்டை பன்னிரண்டு பகுதிகளாகப் பிரித்து அவர்களுக்குக் கொடுக்கிறார். ஒட்ட நாட்டை மார்த்தாண்டனுக்குக் கொடுக்கிறார்.

'ராமன் முடி துறந்தாலும் மனைவியின் மடி துறந்ததில்லை' என்று கூறிய சேரமான் சலீமாவுடன் அரேபியா நாட்டுக்குக் கப்பலில் பயணமாகிறார். மெக்காவுக்குச் சென்று அங்கு இஸ்லாம் மதத்தைத் தழுவுகிறார். சேரமான் அப்துல் ரகுமான் சாமொரின் என்று பெயர் மாற்றிக் கொள்கிறார். ஆவார் எனும் ஊரில் கிபி 838-ல் இறந்து விடுகிறார்.

மன்னராட்சிக் காலங்களில் ஆட்சி அதிகாரத்தில் மதக்குருமார்களின் கை எவ்வளவு ஓங்கியிருந்திருக்கிறது என்பதை 'சேரமான் காதலி' பட்டவர்த்தனமாகச் சொல்லியிருக்கிறது.

தமிழ்நாட்டின் வரலாற்றில் சமய மோதல்கள் இருந்திருக்கின்றன, சமயப் பேதங்களுக்கு எதிரான குரல்களும் இருந்திருக்கின்றன.

காதல் எந்த பேதமும் பார்ப்பதில்லை என்பதற்கு சேரமான், யூஜியானா, சலீமா காதல்கள் எடுத்துக் காட்டானவை.

"காதலுக்கு சாதி இல்லை
மதமும் இல்லையே
கண்கள் பேசும் வார்த்தைகளில்
பேதம் இல்லையே."

என்ற கண்ணதாசனின் பாடல் வரிகள் நினைவுக்கு வருகின்றன.

கேரளாவில் முதல் மசூதியைக் கட்டியவர் மூன்றாம் சேரமான் பெருமாள் என்று வரலாறு கூறுவதாகக் கண்ணதாசன் முன்னுரையில் கூறியிருக்கிறார்.

'வெறும் வரலாற்றைச் சொன்னாலும் தலையை வலிக்கும். வெறும் கற்பனையில் பிண்டம் பிடித்தாலும் அடிப்படை இல்லாத மாளிகை போலிருக்கும். இரண்டும் கலப்பதற்குப் பெயர்தான் சரித்திரக் கற்பனை' என்று கண்ணதாசன் சொல்லுகிறார். சேரமான் காதலியில் எவையெல்லாம் கற்பனை என்பதையும் வெளிப்படையாக முன்னுரையில் சொல்லி விடுகிறார்.

கண்ணதாசனின் நேர்மை பாராட்டுக்குரியது.

நாவல் முழுவதும் நிரம்பி ததும்பும் கண்ணதாசனின் கவிதை நடைக்காகவே படிக்கலாம் என்று சொல்லத் தோன்றுகிறது. படியுங்கள், தமிழின் இனிமை உங்கள் இதயத்தை நனைக்கட்டும்!

▼

7

வேரில் பழுத்த பலா

1990-ல் சாகித்ய அகடமி விருதை வேரில் பழுத்த பலா நூல் பெற்றது. இந்நூலை எழுதியவர் எழுத்தாளர் சு. சமுத்திரம்.

இந்நூலில் வேரில் பழுத்த பலா, ஒரு நாள் போதுமா? என இரண்டு குறு நாவல்கள் உள்ளன.

இந்த இரண்டு குறு நாவல்களும் உரிமைகளையும் அடிப்படைச் சுதந்திரத்தையும் இழந்த மக்களின் ஒன்றுபட்ட போராட்டத்தைச் சித்தரிக்கின்றன என்று சிறப்பித்துக் கூறப்படுகிறது.

தென்காசி மாவட்டம் திப்பணம் பட்டி எனும் கிராமத்தில் சு.சமுத்திரம் 1941-ல் பிறந்தார். 2003-ல் சென்னையில் நடந்த ஒரு விபத்தில் காலமானார்.

சு.சமுத்திரம் அகில இந்திய வானொலியிலும் சென்னை தொலைக்காட்சியிலும் செய்தித் தயாரிப்பாளராக வேலை செய்தார்.

அவர் சமதர்மக் கருத்துக்களை உடையவர்; அடிமட்ட மக்களின் வாழ்க்கை, துன்பங்களை எழுதியவர்.

300 சிறுகதைகள், 14 நாவல்கள், 4 குறுநாவல்கள் 2 கட்டுரைத் தொகுப்புகள், ஒரு நாடகம் என ஏராளமாக எழுதியவர்.

அவருக்கு தஞ்சாவூர் பல்கலைக் கழகத்தின் தமிழன்னை விருது, கலைஞர் விருது, இலக்கியச் சிந்தனை விருது ஆகியவை கிடைத்தன.

அவருடைய முக்கியமான நாவல்கள் ஊருக்குள் புரட்சி, ஒரு கோட்டுக்கு வெளியே, சோத்துப் பட்டாளம், மூட்டம், வாடாமல்லி, வளர்ப்பு மகள், சாமியாடிகள் ஆகியனவாகும்.

வேரில் பழுத்த பலா

பலா மரத்தின் வேரில் பழுத்த பலாப் பழங்கள் வெளியே தெரியாது. ஆனால் அவை மிகுந்த சுவையோடு இருக்கும். தாழ்த்தப்பட்ட சமூகத்தைச் சேர்ந்தவர்கள் திறமையுடையவர்களாக இருந்தும் வெளியுலகத்திற்குத் தெரியாதவர்களாக இருக்கிறார்கள்.

சமூக நீதியை வலியுறுத்தும் குறு நாவல் இது.

தாழ்த்தப்பட்ட சமூகத்தைச் சார்ந்தவன் சரவணன். அப்பா இவனது இளம் வயதில் இறந்து விடுகிறார்.

சரவணனுக்கு அம்மா முத்தம்மா, அண்ணன் மணி முத்து, தங்கை வசந்தா உள்ளனர்.

அண்ணன் இறந்து விடவே அண்ணி வயல் வேலை பார்த்து சரவணனைப் படிக்க வைக்கிறார்.

சரவணன் அரசுப் போட்டித் தேர்வில் வெற்றி பெற்று மத்திய அரசு அலுவலகத்தில் உதவி இயக்குநர் பதவியில் அமருகிறான்.

அம்மா, தங்கை, அண்ணியை தன்னுடன் வைத்துக் கொள்கிறான்.

சரவணன் நேர்மையானவன். அவனுடைய அலுவலகம் பிற அரசு அலுவலகங்களுக்கு ஸ்டேஷனரி பொருட்களைக் கொள்முதல் செய்து அனுப்பி வைக்கும் வேலையைச் செய்கிறது. ஊழல்கள் நடைபெறும் அலுவலகத்தில் அவனுடைய நேர்மை ஒப்பந்தக் காரர்களுக்கும், ஊழலில் சுகம் கண்ட அலுவலர்களுக்கும் இடையூறாக இருக்கிறது. அதனால் அவனுக்குப் பல சிக்கல்கள் உருவாகின்றன.

தாழ்த்தப்பட்ட சமூகத்தைச் சார்ந்த அன்னம் கீழ்நிலைப் பணியில் இருக்கிறாள். அவள் உரிய பதவியைப் பெற சரவணன் உதவுகிறான். அவர்களுக்குள் காதல் பிறக்கிறது. சரவணன் தங்கையை தன்னைப் போன்ற நேர்மையான போலீஸ் அதிகாரி ராமசாமிக்குத் திருமணம் செய்து வைக்கிறான். ராமசாமி அவனுடைய நண்பன்.

சரவணன் மீது ஒப்பந்தக்காரர்கள் வீண்பழி சுமத்தி வேலையை விட்டே விரட்ட சதி செய்கின்றனர். அவனுக்கு அன்னம் மட்டுமே ஆதரவாக இருக்கிறாள்.

எல்லா சதிகளையும் முறியடித்து சரவணன் வெற்றி பெறுகிறான். அன்னத்தை மணம் முடிக்கிறான்.

ஒரு நாள் போதுமா?

கட்டிடத் தொழிலாளர்களின் துன்பங்கள், காண்டிராக்டர்களின் சுரண்டல்கள் இப்படைப்பில் சொல்லப்படுகின்றன.

சென்னை வால் டாக்ஸ் ரோட்டிலுள்ள முருகன் கோவில் அருகில் கூலியாட்கள் கூட்டமாக நிற்கிறார்கள். கட்டிட வேலைக்கு ஆட்கள் எடுக்கிற இடம் அது.

திருநெல்வேலியிலுள்ள ஒரு கிராமத்திலிருந்து வந்த அன்ன வடிவும் அவள் கணவன் வேலுவும் வேலை தேடி நிற்கிறார்கள். இருவரும் கிராமத்தில் விவசாய வேலை செய்தவர்கள்.

உழைப்பால் ஏற்படும் களைப்பை விட உழைப்பை விற்பதற்காக ஏற்படும் களைப்பு மேலோங்க அவர்கள் நிற்கிறார்கள் என்று இந்த இடத்தில் சு. சமுத்திரம் ஒரு சோகச் சித்திரம் தீட்டுகிறார்.

வேலை தரும் மேஸ்திரி வருகிறார். கூட்டம் மேஸ்திரியைச் சூழ்கிறது. எல்லோருக்கும் வேலை கிடைக்கவில்லை. அன்னத்திற்கு மட்டும் சித்தாள் வேலை கிடைக்கிறது; வேலுவுக்கு இல்லை.

கட்டிட வேலை செய்து அன்ன வடிவுக்குப் பழக்கமில்லை. வேலை வேண்டுமே! ஊரில் ஏற்பட்ட சண்டையில் இருவரும் சென்னைக்கு ஓடி வந்தவர்கள்.

சென்னையில் உறவினர் ஒருவர் இருக்கிறார். அவரும் உதவி செய்யவில்லை.

இனிமேல் அவர்கள் தெருவோரத்தில் தான் வாழ வேண்டும். சென்னையில் நடைபாதையில் சமையல் செய்து, உண்டு, உறங்கி குடும்பம் நடத்தும் எத்தனையோ மனிதர்களை அவர்கள் பார்க்கிறார்கள்.

அன்ன வடிவு மூன்று கற்களை எடுத்து வைத்தாள். அடுப்பு உருவானது. ஊரிலிருந்து கொண்டு வந்த பாத்திரங்களும் அரிசி பருப்பும் சோறு பொங்க உதவின. பக்கத்திலிருந்தவர்களும் ஒத்தாசை செய்கிறார்கள்.

தெருவில் அடுப்பு மூட்டி தின்ன வேண்டிய நிலைமை வந்திருச்சே என்று அன்ன வடிவு கலங்கினாள். அருகிலிருந்தவர்கள் ஆறுதல் சொன்னார்கள்.

அவர்களை தாயம்மாள் தன் குடிசைக்கு அழைத்துச் சென்று இடம் கொடுக்கிறார்.

வேலுவுக்குப் பெரிய கட்டுமான நிறுவனத்தில், வேலை கிடைக்கிறது. தாயம்மாளுக்கும் அன்ன வடிவுக்கும் அங்கேதான் சித்தாள் வேலை.

சாரத்தில் தலையில் கல்லோ, மண்ணோ தூக்கிக் கொண்டு ஏணிப் படிகளில் தவழ்வது போல் ஏறும் அன்ன வடிவைப் பார்த்து வேலுவின் மனம் வேதனைப்பட்டது.

சிறிது தொலைவில் வாணம் வெட்டும் வேலுவைப் பார்த்து அன்ன வடிவின் மனம் அழுதது. அவன் உடம்பில் வழிந்து ஓடிய வேர்வையைப் பார்த்தாள். 'மெதுவாக வெட்டுங்க. நமக்கு இந்த உடம்பு தான் மொதலு' என்று கூற நினைத்தாள்.

தாயம்மாளும் அவளுடன் தான் வேலைப் பார்த்தாள். வயதாகி விட்டதால் வியாதி வந்து விட்டது. மூத்திரம் சரியாகக் கழியவில்லை. அதனால் அடிக்கடி வேலையை விட்டு விட்டு ஒதுக்குப்புறமாகப் போனாள். இதைப் பார்த்த மேஸ்திரி தாயம்மாளைத் திட்டினான். சில நேரங்களில் தாயம்மாள் வேலையையும் சேர்த்து அன்ன வடிவு செய்வாள்.

ஒரு நாள் தாயம்மாள் வியாதியின் காரணமாக ஒழுங்காக வேலை செய்யவில்லை. காண்டிராக்டர் அவளை வேலையை விட்டு விரட்டினான்.

தாயம்மாளுக்கு ஒரு மகன் உண்டு. அவன் குடிகாரனாகி வேலைக்குப் போவதில்லை. அன்னம் அவனைத் திருத்த முயன்றும் முடியவில்லை.

காலம் ஓடியது. தாயம்மாள் பிணியால் பலவீனப்பட்டு பாயோடு கிடந்தாள். அன்னம் கர்ப்பிணி ஆகியிருந்தாள்.

கட்டிட வேலையை சீக்கிரம் முடிக்க வேண்டியிருந்தது. ஒரு நாள் காண்ட்ராக்டர் வேலுவின் வலுவான உடம்பைப் பார்த்தார். அவனை ஒரே தடவையில் இரண்டு சிமெண்ட் மூட்டைகளைச் சுமக்கச் சொன்னார்.

வேலு மறுக்கவில்லை. இரண்டு மூட்டைகளைத் தலையில் தூக்கினான். அவன் கழுத்து ஒடிந்து, கீழே விழுந்தான்.

அன்ன வடிவு கதறினாள். வேலு மருத்துவமனையில் இறந்தான்.

வேலு மாரடைப்பால் இறந்ததாக என்று கூறி காண்டிராக்டர் நஷ்ட ஈடு கொடுக்காமல் ஏமாற்றப் பார்த்தார்.

தொழிலாளர்களின் சங்கம் விடவில்லை. போராட முடிவெடுக்கிறது.

வேலுவின் இறுதி ஊர்வலம்; தொழிலாளர்கள் ஏராளமானோர் கலந்து கொள்கிறார்கள்.

அன்னவடிவும் அதில் ஒருத்தி. அவள் அனாதை அல்ல. அவள் பாட்டாளி வர்க்கத்தில் ஒருத்தி என்று கதை முடிகிறது.

கதையின் தலைப்பு; ஒரு நாள் போதுமா? பாட்டாளி வர்க்கத்தின் விடிவுக்கு ஒரு நாள் போதாது என்று கதாசிரியர் சொல்ல வருகிறாரோ?

'வேரில் பழுத்த பலா' நூலுக்கு சு. சமுத்திரம் ஒரு என்னுரை எழுதியிருக்கிறார்.

அதில் வேரில் பழுத்த பலா நூலைப் பற்றியும் அவருக்கு சாகித்ய அகடமி விருது கிடைத்ததற்கு எழுந்த கண்டனங்கள் மற்றும் பாராட்டுகளைப் பற்றியும் குறிப்பிட்டிருக்கிறார்.

"எனது அரசு அலுவலக அனுபவம் 'வேரில் பழுத்த பலா' குறு நாவலாகவும், நான் சென்னை நகரில் கண்ட கட்டிடத் தொழிலாளர்களின் துன்பங்கள், 'துயரங்கள் ஒரு நாள் போதுமா?' என்று குறு நாவலாகவும் உள்ளன. எனக்குத் தெரிந்த மட்டில் சாகித்ய அகடமி பரிசுபெற்ற நாவல்களில் இது ஒன்றுதான் எந்த இடத்திலும் யதார்த்தக் குறை இல்லாமல் வந்துள்ள படைப்பு' என்று எண்ணுகிறேன்."

இதனாலேயே திருஷ்டி பரிகாரம் போல் பாராட்டுகளுக்கு மத்தியில், சில இலக்கிய வெத்து வேட்டு சத்தங்களும் ஒலித்தன.

சாகித்ய அகடமி விருதை சு. சமுத்திரம் சாமர்த்தியமாக வாங்கிக் கொண்டதாக எழுத்தாளர் ஜெயமோகன் 'இந்தியா டுடே' பத்திரிகையில் எழுதியது ஒரு எதிர்ப்புச் சத்தமாகும்.

கணையாழி ஆசிரியர் கஸ்தூரி ரங்கன் சமுத்திரத்துக்கு விருது கிடைத்தது பற்றிய கேள்விக்கு 'இலக்கியத்தில் இட ஒதுக்கீடு வந்து விட்டது' என்று பதிலளித்தது இன்னொரு எதிர்ப்புச் சத்தமாகும்.

பிறகு ஜெயமோகனும் கஸ்தூரி ரங்கனும் எழுப்பிய எதிர்ப்புக்கு வருத்தம் தெரிவித்ததாக சமுத்திரம் குறிப்பிடுகிறார்.

எந்தவொரு இலக்கியப் படைப்பும் மக்களின் வாழ்க்கைப் பிரச்சனைகளைப்பற்றிப் பேச வேண்டும்.

வேரில் பழுத்த பலா, ஒரு நாள் போதுமா? ஆகிய இரண்டு குறு நாவல்களும் தாழ்த்தப்பட்ட சமுதாய மக்களின் பிரச்சனைகளைப் பற்றிப் பேசி இருக்கின்றன.

அந்த வகையில் சு. சமுத்திரம் அவர்களுக்குக் கிடைத்த சாகித்ய அகடமி விருது பொருத்தமானதே!

▼

8

கோபல்லபுரத்து மக்கள்

1991-ஆம் ஆண்டு சாகித்ய அகடமி விருது பெற்ற நாவல் கோபல்லபுரத்து மக்கள். நாவலைப் படைத்தவர் கரிசல் இலக்கியத்தின் தந்தை, பிதாமகன், முன்னோடி என்று புகழப்படும் கி. ராஜநாராயணன் ஆவார்.

கி.ரா. 99 வயது வரை வாழ்ந்தார். அவர் மறைந்த போது இன்னும் ஓராண்டு வாழ்ந்திருந்தால் நூற்றாண்டு வாழ்ந்த பெருமை பெற்றிருப்பாரே என்று எல்லோருக்கும் அனுதாப எண்ணம் எழுந்தது. (கூகுளில் உள்ள தகவலில் அவர் பிறந்த வருடம் 1922 அல்லது 1923 என்ற குழப்பம் உள்ளது.)

கி. ரா. வின் பிறந்த ஊர் கோவில்பட்டிக்கு அருகிலுள்ள இடைசெவல் ஆகும். இவர் 40 வயதிற்கு மேல்தான் எழுத ஆரம்பித்தார் என்பது ஆச்சரியமான செய்தி.

சிறுகதை, நாவல் குறுநாவல், நாடோடிக் கதைகள், அகராதி, கடிதம் என்று பல தளங்களில் 30 நூல்கள் எழுதியுள்ளார்.

'கதவு' இவரைப் பிரபலப்படுத்திய சிறுகதை; 'பிஞ்சுகள்' குழந்தை இலக்கியத்திற்கு எடுத்துக்காட்டான எதார்த்த படைப்பு.

கி. ரா. தனது 96ஆம் வயதில் கூட 'இந்த இவள்' என்ற நாவலை எழுதி எல்லோரையும் வியப்பில் ஆழ்த்தினார்.

கி. ரா. வைப் பற்றி இரண்டு சுவாரஸ்யமான விஷயங்கள் உண்டு.

'நான் மழைக்குத்தான் பள்ளிக்கூடத்தில் ஒதுங்கினேன். பள்ளிக்கூடத்தைப் பார்க்காமல் மழையை பார்த்துக் கொண்டிருந்து விட்டேன்' என்று தன் பள்ளிப் படிப்பைப் பற்றிச் சொன்னார் கி.ரா 7 ஆம் வகுப்பு வரை படித்த கி.ரா.வை புதுவைப் பல்கலைக்கழகம் பேராசிரியராக்கியது.

இன்னொரு சுவாரஸ்யம் 'கதவு' என்ற சிறுகதையின் மூலம் தமிழ்ச் சிறுகதை உலகின் கதவை விசாலமாகத் திறந்து வைத்தவர் என்று பாராட்டப்பட்டார்.

கி. ரா. கோபல்லபுரத்து மக்கள் நாவலுக்கு சாகித்ய அகடமி விருது பெற்ற போது ஆற்றிய உரை முக்கியமான தகவல்களைக் கொண்டது.

250 வீடுகள் கொண்ட இடைசெவல் கிராமத்தில் பிறந்த இருவருக்கு சாகித்ய அகடமி விருது கிடைத்துள்ளது. ஒருவர் கி.ரா. இன்னொருவர் கி. ரா. வின் நண்பர் கு. அழகிரிசாமி. ஒரே தெருக்காரர்.

கரிசல் வட்டாரம் ஒரு கரும்பாலைவனம், மழை குறைவாக பெய்கிற கரிசல் வட்டார மண்ணில்தான் மகத்துவமானவர்கள் உதித்துள்ளார்கள்.

1. ஸ்ரீ ஆண்டாள் 2. பெரியாழ்வார் 3. சென்னிகுளம் அண்ணாமலை ரெட்டியார் 4. சுப்பிரமணிய பாரதி 5. ரசிகமணி டி.கே.சி. 6. இசையோகி விளாத்திகுளம் சுவாமி 7. வீரபாண்டிய கட்டபொம்மன் 8. வ. உ. சி. 9. முத்துசாமி தீட்சிதர் 10 'கருப்பு காந்தி' காமராஜர் [பதினொன்றாக கி. ரா. வை சேர்த்துக் கொள்ளலாம்]

கோபல்ல கிராமம், கோபல்லபுரத்து மக்கள் ஆகிய இரு நாவல்களும் குடி பெயர்ந்து வந்த தெலுங்கு மக்களின் வாழ்க்கையைச் சொல்லுகிறது. இரு நாவல்களையும் ஒன்று சேர படித்தால் தான் முழுமை கிடைக்கும் என்கிறார் கி.ரா.

கோபல்ல கிராமம் வெள்ளையர் இந்தியாவைக் கைப்பற்றியது வரையுள்ள காலத்தைப் பேசுகிறது.

கோபல்லபுரத்து மக்கள் வெள்ளையர் இந்தியாவை விட்டு வெளியேறும் காலம் வரை பேசுகிறது.

கோபல்லபுரத்து மக்கள் கரிசல் இலக்கியத்தில் இணையற்ற படைப்பு. நாயக்கர் சமுதாயத்தின் ஆவணம் இது.

இதை ஒரு நாவலாகக் கருத முடியாது. ஒரு திண்ணையில் அமர்ந்து கி. ரா. தாத்தா ஊர்க் கதைகளைச் சொல்லி கேட்கும் அனுபவம் ஏற்படுகிறது. கோபல்லபுரத்து மக்களில் ஒருவனாக வாழ்ந்த அனுபவம் கிடைக்கிறது.

காதல், சாதி, அரசியல் என்று மக்களின் வாழ்க்கையில் பிரிக்க முடியாத மூன்றையும் கி. ரா. நேர்த்தியாகச் சொல்லியிருக்கிறார்.

இந்நாவலை மூன்று பகுதிகளாகப் பிரிக்கலாம். 1. கிட்டப்பன்-அச்சிந்தலுவின் காதல் கதை 2. கல்வி வளர்ச்சியாலும் படித்த இளைஞர்களாலும் ஏற்படும் மாற்றங்களைப் பேசும் கதை 3. சுதந்திரப் போராட்டம் பற்றி விவாதிக்கப்படும் கதை.

முதல் பகுதியைப் பார்ப்போம். கிட்டப்பன்-அச்சிந்தலுவின் அந்தரங்க ஆத்ம நேயம் எப்படிப்பட்டது என்பதைச் சொல்லும் கதை. தனித்துவமான காதல் கதை

அச்சிந்த்தலு எப்படிப்பட்டவள்? அவளை சிறை என்கிறார்கள். சிறை என்றால் சிறை எடுத்துச் செல்லுமளவு அழகுடையவள் என்று பொருள்.

கிட்டப்பன் எப்படிப்பட்டவன்? கட்டழகன். நல்ல உடம்புக்காரன். அவனுக்கு எப்பொழுது பசிக்கிறது, எப்பொழுது விழிப்பு வருகிறது என்பதை வைத்து நேரத்தைச் சொல்லி விடலாம்.

அவனுக்கு இவள், இவளுக்கு அவன் என்று சிறு வயதிலிருந்தே வளர்க்கிறார்கள்.

பால் உணர்வு சிந்தனையில் சின்ன வயதில் பெண்ணுக்குரிய சுதாரிப்பும் துருதுருப்பும் ஆண் பிள்ளைகளுக்கு இருப்பதில்லை. பெண் வேப்பமரம்; சீக்கிரம் வளர்ந்து விடுகிறாள். ஆண் அரச மரம், நின்று நிதானித்து வளர்ந்து நிலைத்து நிற்கிறான். அச்சிந்தலு வேகமானவள்; கிட்டப்பன் நிதானமானவன்.

அழகாகயிருப்பவர்கள் இருவர் சேர்வது கடவுளுக்கே பிடிக்காதாம்! இதில் ஊராருக்கு எங்கே பிடிக்கப் போகிறது.

அச்சிந்தலு-கிட்டப்பன் இருவர் குடும்பத்திற்குள் ஏற்படும் பகை காதலை சிதைக்கிறது. இருவருக்கும் வெவ்வேறு இடங்களில் திருமணம் நடக்கிறது.

அச்சிந்தலுவின் கணவன் பொலித் தகராறில் நான்காம் நாளில் மரணமடைகிறான்.

கிட்டப்பனின் மணவாழ்க்கையும் முறிந்து விடுகிறது.

மீண்டும் அவர்களின் காதல் நெருப்பு பற்றிக் கொள்ள தருணம் பார்த்துக் கிடக்கிறது.

அச்சிந்தலுவின் காதல் தாபத்தின் மூலமும் கோபத்தின் மூலமும் பிரியத்தின் மூலமும் வெளிப்படுவதை கி. ரா . அழகாகச் சொல்லியிருக்கிறார்.

காரி கோவில் மாடு பசு மாட்டைப் புணர்வதைக் காணும் அச்சிந்தலுவுக்கு கிட்டப்பன் மீது தாபம் ஏற்படுகிறது.

மாநோம்பிற்கு நடப்பட்ட வன்னி மரத்தை கிட்டப்பன் பிடுங்காமல் இருக்க வன்னி மரத்தை கவுட்டை வேருடன் நட அச்சிந்தலு சொல்லும் யோசனை கிட்டப்பன் மீது அவளின் கோபத்தை வெளிப்படுத்துகிறது. அது பொய்க் கோபம்.

வன்னி மரத்தை சக்தி முழுவதும் செலவழித்துப் பிடுங்கியதால் உடல் நலமில்லாமல் ஆகும் கிட்டப்பன் மீது அவளுக்குப் பிரியமே ஏற்படுகிறது.

கிட்டப்பனுக்குத் 'தகை நோய்' வந்து விட்டது. முன்பு இருவரும் சந்திக்கும் 'கன்னி' மரத்தைத் தேடி வருகிறான். பங்குனி வெயில் கரிசல் காட்டையே முள்ளில் குத்தி நெருப்பில் வாட்டியது போல் அடிக்கிறது.

கிட்டப்பன் தாகத்தால் மயங்கி மரத்தினடியில் கிடக்கிறான். நீரில்லாமல் அவன் உயிர் போகும் நிலை. நல்ல வேளையாக அச்சிந்தலு அங்கு வருகிறாள். தன் எச்சிலை அவன் வாயில் ஊட்டி ஊட்டி மூர்ச்சை தெளிவிக்கிறாள்.

கிட்டப்பனும் அச்சிந்தலுவும் இறுக அணைத்துக் கொள்கிறார்கள். கட்டித் தழுவுகிறார்கள். 'சில உடம்புக்குக்குத்தான் சில உடம்பு திறக்கும்' அவர்கள் உடம்புகள் திறந்து கொண்டன.

ஆவி பிரியும் வரை இனி பிரிவதில்லை என்று மனச் சத்தியம் செய்து கொண்டனர் என்று அவர்கள் காதல் கதை நிறைவு பெறுகிறது.

இரண்டாம் பகுதி வெள்ளைக்காரன் ஆட்சியில் கோபல்லபுரத்து மக்கள் வாழ்க்கையில் வந்த மாற்றங்களை சிறு சிறு கதைகளாக பேசுகிறது. அவை மிகவும் சுவாரஸ்யமானவை. கி. ரா. அவற்றை எழுதிய விதம் அவர் 'குசும்பு' பிடித்தவர் என்பதைக் காட்டுகிறது.

திண்ணைப் பள்ளிக்கூடம் போய் தாலுகா பள்ளிக்கூடம் வருகிறது. இங்கிலீஷ் படிப்பு படிக்க திண்ணைப் பள்ளிக்கூட மாணவர்கள் அங்கு போய் விடுகிறார்கள். திண்ணைப் பள்ளிக்கூட வாத்தியார் வறுமையால் வாடி அனாதையாகச் செத்தது பற்றி ஒரு கதை இருக்கிறது.

கோவில்பட்டி தலைநகரமான கதை சுவாரஸ்யமானது. முதலில் ஒட்டப்பிடாரம் தான் தாலுகா தலைநகர். தூத்துக்குடி கலெக்டர் ஜமாபந்திக்காக ஒட்டப்பிடாரம் வருகிறார். தாசில்தார் தாமதமாக

வருகிறார். தான் தாழ்ந்த ஜாதி என்பதால் ஒட்டப்பிடாரத்தில் யாரும் வீடு கொடுக்கவில்லை; கோவில்பட்டியிலிருந்து வருகிறேன் என்கிறார் தாசில்தார்.

கோபமடைந்த கலெக்டர் தாசில்தார் குடியிருக்கும் கோவில்பட்டியை தலைநகரம் ஆக்கினார். கோவில்பட்டியில் தாலுகா ஆபீஸ், போலீஸ் ஸ்டேஷன், ரயில்வே ஸ்டேஷன், ஜெயில், முசாபரி பங்களா, சந்தை என்று பல வசதிகள் ஏற்படுத்தப்பட்டு வளர்ந்தது.

கோட்டையார் வீட்டில் முதன் முதலாக சுவர்க் கடிகாரம் வாங்கி வந்து மாட்டியதை ஊர் மக்கள் வேடிக்கை பார்த்த கதை ரொம்ப சுவாரஸ்யமானது.

டவுனுக்குப் படிக்க போன பையன்கள் கஸ்தூரி, நரசிம்மன். சுப்பையா குடுமியை எடுத்துவிட்டு சேக்கு' வெட்டி கொண்டு வந்த கதை வேடிக்கையானது.

பேனா கத்தி, மௌத் ஆர்கன், சிறிய பூட்டுக்கள், பவுண்டன் பேனா (முதலில் மை தொட்டும் எழுதும் பேனாவே இருந்தது), பேனா மூடியில் திசை காட்டும் கருவி என்று புதுப் புது சாமான்கள் ஊருக்குள் வரும் போது கோபாலபுரத்து மக்கள் வியந்து பேசிக் கொள்பவை ரசமானவை.

ஊர் மடத்துப் பேச்சுகள் தனிக் கதை. பெண்களின் செவ்வாய்க் கிழமை விரதம் அன்று ஆண்கள் வீட்டில் இருக்கக் கூடாது. விரதத்தைப் பார்க்கவும் கூடாது. பார்த்தால் கண் பார்வை போயிடும். செவ்வாய்க் கிழமை விரதம் பற்றி எத்தனை பயமுறுத்தல்கள் இருந்தாலும் மற்ற காரியங்கள் மட்டும் ஒழுங்காக நடந்து கொண்டு தான் இருந்தன. சந்திக்க முடியாத நேசங்கள் அன்றுதான் சந்தித்துக் கொள்ள முடிந்தது என்று 'குசும்புக்காரர் கி.ரா. சுவையாக எழுதுகிறார்.

'டார்ச் லைட்' வந்த பிறகு கிராமத்து மக்களின் மூட எண்ணங்களில் பெருத்த மாறுதல் வந்து விடுகிறது. ஜடாமுனி, பேய்கள் காணாமல் போய் விடுகின்றன. கள்ளத்தொடர்புகள் ஒழிகின்றன என்கிறார் கி. ரா.

ஊர் மக்கள் ரயிலை முதல் முறையாகப் பார்த்த கதை மறக்க முடியாத ஒன்று.

பட்டாளத்துக்கு ஆள் பிடிக்க அதிகாரிகள் ஊருக்குள் வரும் போதெல்லாம் நெட்டையானவர்கள் ஓடி ஒளிகின்றனர்; குட்டையானவர்கள் கை வீசி திரிகின்றனர்.

கோட்டையார் வீட்டின் செழிப்பின் ரகசியம் சீதேவி அந்த வீட்டில் குடியிருப்பதுதான். ரகுராம நாயக்கர் உயிர்த் தியாகம் செய்து சீதேவியை நிரந்தரமாக இருக்க வைக்கும் கதையும் சொக்கய்யர் கலியுகம் பிறந்த பிறகு மனிதனின் குணம் கெட்டுப் போனது பற்றி சொல்லும் புதையல் கதையும் சுவையானவை.

இந்திய சுதந்திரப் போராட்டத்தில் காந்தியின் வருகை கிராம மக்களிடமும் எழுச்சியை ஏற்படுத்துகிறது.

கள்ளுக்கடை ஒழிப்பு என்கிற காந்தியின் அறை கூவல் கோபால்லபுரத்திலும் எதிரொலிக்கிறது.

ஊர் வாலிபர்கள் கஸ்தூரி., சுப்பையா, நரசிம்மன் ஆகியோர் கள்ளுக்கடை மறியல் போராட்டம் செய்கின்றனர். குடிகாரன் பாலன் பகடை எதிர்ப்பு தெரிவிக்கின்றான். கஸ்தூரியையும் நரசிம்மனையும் அடித்து விடுகிறான். பாலன் பகடையை ஊரை விட்டு வெளியேற்ற பஞ்சாயத்து கூடுகிறது.

அப்போது நடைபெறும் பேச்சுகள் நகைச்சுவை ததும்புபவை.

'மாடு திங்கிறவங்கிட்ட இருக்கிற பலம் ஆடு திங்கிறவங்கிட்ட இருக்குமா?' கேட்டார் மன்னார் நாயக்கர்.

'அப்போ இவங்கள ஜெயிக்கணும்ன்னா நாம யானை திங்கணும்ன்னு சொல்றீரு...' கூட்டத்தில் ஒரு ஏளனக்குரல் கேட்டது.

காந்தி மீது மக்களுக்கு ஏற்பட்ட மதிப்பு மூன்று விஷயங்களால் குறைந்து போவதை கி. ரா. குறிப்பாகச் சுட்டிக்காட்டியுள்ளார்.

பெஷாவாரில் மக்களை சுட மறுத்த கூர்க்கா சிப்பாய்களுக்கு ஆயுள் தண்டனை விதிக்கப்பட்டது. காந்தி அவர்களுக்கு ஆதரவாகப் பேசவில்லை. அதற்கு மொக்கைக் காரணம் சொன்னார். மேலதிகாரி சொன்னதை கேட்காமல் கடமை தவறி விட்டார்கள் என்றாராம்.

நேதாஜி காங்கிரஸ் தலைவராக போட்டியில் வெற்றி பெற்றார். காந்திஜி நிறுத்திய வேட்பாளர், தோல்வியடைகிறார். பட்டாபி தோல்வி என் தோல்வி என்றாராம் காந்திஜி.

பகத்சிங் விஷயத்திலும் காந்திஜியின் நிலைபாடு வெறுப்பையே ஏற்படுத்தியது.

இரண்டாம் உலகப்போர், நேதாஜியின் தேசிய ராணுவ முயற்சிகள் பற்றியும் நாவல் பேசியுள்ளது.

இனிமேல் இந்தியாவை ஆள முடியாது என்ற எண்ணத்தை ஏற்படுத்திய போராட்டம் கப்பற்படை இந்திய மாலுமிகளின் எழுச்சியாகும். இந்திய சுதந்திரப் போராட்டத்தில் கராச்சி, பம்பாய் மாலுமிகளின் இரத்தம் சிந்திய வரலாறு மறக்கடிக்கப்பட்டவை. அதை நாவல் நினைவுப்படுத்துகிறது.

பம்பாய் கப்பற்படை போராட்டத்தை வெள்ளை அரசால் அடக்க முடியவில்லை. வெள்ளை அரசு இந்திய தலைவர்களை நாடினர்.

'போராட்டத்தைத் திரும்ப பெறுங்கள் ஏதும் செய்யாமல் பார்த்துக்கிறோம்' என்று பட்டேல் வாக்குறுதி கொடுத்தார்.

போராட்டத்தை வாபஸ் வாங்கிய பிறகு பட்டேல் கண்டு கொள்ளவில்லை. வெள்ளையர் படை இந்திய மாலுமிகளைக் கொன்று குவித்தனர்.

படுபாவிகளான வெள்ளையர்களைக் கூட மன்னித்து விடலாம்; நமது தேசியத் தலைவர்களை மன்னிக்க முடியாது' என்று மணி என்ற பாத்திரத்தின் மூலம் கி. ரா. பேசியுள்ளார்.

இந்திய சுதந்திரம் பற்றிய விமர்சனங்களை தயவு தாட்சணியமின்றி நாவல் பேசியுள்ளது.

சுதந்தரம் வெறும் அதிகார மாற்றம் தான்; வெள்ளையன் உட்கார்ந்த இடத்தில் கருப்பன் துரைகள் உட்காரப் போகிறார்கள் என்ற விமர்சனம் உண்மையானது.

நாவல் இப்படி முடிகிறது.

சுதந்திரத்தைப் பற்றி கல்கத்தாவில் காந்தி சொன்ன வார்த்தை கோபல்லபுரத்திலும் வந்து எதிரொலித்தது.

"ஒன்றுமில்லை"
"ஒன்றுமில்லை"
"ஒன்றுமில்லை"

▼

9

காதுகள்

'காதுகள்' நாவலுக்கு 1993-ம் ஆண்டுக்கான சாகித்ய அகடமி விருது கிடைத்தது.

நாவலை எழுதிய எம்.வி. வெங்கட்ராம் கும்பகோணத்துக்காரர். மணிக்கொடி எழுத்தாளர். அவருடைய 16வது வயதில் முதல் சிறுகதை மணிக்கொடியில் வந்தது.

பாரதி துவக்கி வைத்த நவீனத் தன்மை கொண்ட தமிழின் மறுமலர்ச்சியைக் கிளை கிளையாகப் பூவும் கனியும் விதையுமாகப் பல்கிப் பெருக வைத்த சிலரில் எம்.வி.வி.யும் ஒருவர் என்று தஞ்சை ப்ரகாஷ் கூறுகிறார்.

எம்.வி.வி. கு.ப.ரா.வின் நெருங்கிய நண்பர். தி. ஜானகிராமன், கரிச்சான்குஞ்சு ஆகியோரின் குரு.

எம்.வி.வி. 'தேனீ' என்ற இதழை நடத்தினார். மௌனியின் பெரும்பாலான சிறுகதைகள் 'தேனி யில் தான் வந்தன.

எம்.வி.வி. கலாமோகினி, கிராம ஊழியன், சிவாஜி ஆகிய இதழ்களில் கதைகள் எழுதினார். நித்ய கன்னி, இருட்டு, வேள்வித்தீ, அக்கரைப் பச்சை, உயிரின் யாத்திரை, அரும்பு, மணமலர், ஒரு பெண் போராடுகிறாள் ஆகிய நாவல்களும் 12 சிறுகதைத் தொகுப்புகள், இரண்டு கட்டுரைத் தொகுப்புகளும் வந்துள்ளன.

சிறார்களுக்காக 'நாட்டுக்கு உழைத்த நல்லவர்கள்' என்று தலைப்பில் 60 நூல்கள் எழுதினார். அவை பழனியப்பா பிரதர்ஸ் வெளியீடாக வந்துள்ளன.

'காதுகள்' நாவலை எம்.வி.வி. தனது 70ஆவது வயதில்தான் எழுதினார். 'நல்ல எழுத்தாளன் தனக்காகத்தான் எழுதுகிறான்' என்று

குறிப்பிட்ட எம்.வி.வி. காதுகள் நாவலை (semi-auto bio-graphical) தன் வாழ்க்கை வரலாற்றின் சிறிய பகுதி என்று கூறினார்.

'என் வாழ்க்கை உங்கள் வாழ்க்கை போன்றது அல்ல என்பதே இந்நாவலின் தனித்தன்மை. பகுத்தறிவையும் அறிவியலையும் நம்புகிறவர்களுக்கு அது திகைப்பைத் தரும்' என்று எம்.வி. வி யே ஒரு விமர்சனத்தைத் தந்துள்ளார்.

'இந்திய மெய்யியல் மொழியில் சொல்வது என்றால் தனது கனவு நிலையை, விழிப்பு நிலையை சாட்சியாகக் கொண்டு காண்பது இலக்கியத்தில் அரிய சாதனை. எம்.வி.வி யின் உடல் ஒரு குரு ஷேத்திரமாக வடிவமைக்கப்படுகிறது' என்று பிரபஞ்சன் தனது விமர்சனத்தை வைத்துள்ளார்.

'தனது பித்து நிலையை தானே காண்பது என்பது அபூர்வ அனுபவம். 'காதுகள்' அபூர்வமான ஆக்கம்' என்கிறார் சுனில் கிருஷ்ணன்.

'காதுகள்' நாவலின் நாயகன் மகாலிங்கம் என்கிற மாலி ஒரு எழுத்தாளன்; மணிக்கொடி, விகடன் உள்பட பல இதழ்களில் கதைகள் எழுதுகிறவன், நிறைய புத்தகங்கள் படிக்கிறவன்.

மாலிக்கு வீட்டில் திருமணம் செய்து வைக்கிறார்கள். திருமண வாழ்க்கை ஒரு திருப்புமுனை என்றால் இன்னொரு திருப்பு முனையாக தந்தையின் பட்டு சரிகை வியாபாரம் நஷ்டமடைகிறது. அதனால் தந்தை புத்தி பேதலித்து இறந்து போகிறார்.

மாலி பி.ஏ. படித்தவன். இரண்டு வருடங்கள் புனேயில் உத்தியோகம் பார்க்கிறான். உத்தியோகத்தை உதறி விட்டு தந்தை செய்த தொழிலுக்குத் திரும்புகிறான். வியாபாரம் தானாகச் செழித்தது. தந்தையைப் போல் மகாலிங்கமும் தொழிலில் நேர்மையானவன். படிப்படியாக தொழில் சரிய தொடங்குகிறது.

தொழிலில் ஏற்பட்ட நஷ்டம் காரணமாக ஆன்மீக நாட்டம் ஏற்படுகிறது.

திடீரென்று மகாலிங்கத்தின் காதுகளில் இரைச்சல் தோன்றுகிறது. இடது காதில் 'ஒய்ய்யங்' என்று விசில் அடிக்கிற சத்தம். பிறகு வலது காதிலும் ஓய்வு ஒழிச்சல் இல்லாமல் கேட்கிறது.

சத்தம் காரணமாக காது செவிடாகிறது. மாலி அடிக்கடி கனவும் காண்கிறான். கனவில் ஒரு கருப்பு நிறப் பெண் வந்து பாலியல் தொந்தரவு செய்கிறாள். முன்பு நிஜத்திலும் செய்தவள் அவள்.

மாலியின் காதுகளில் உரையாடல் கேட்கின்றன. அவனைக் குறித்து பேசப்படுபவை. அதனால் அவன் தூக்கம் கெடுகிறது.

தன்னை காளி தெய்வம் என்று கூறி கொள்கிற ஒரு பெண்ணின் குரல் அவனை வம்புக்கு இழுக்கிறது. மாலி முருகனை வழிபடுகிறவன்.

மாலியின் காதுகள் கலகம் செய்கின்றன. பெண்ணின் குரலுக்கு எதிராக ஒரு ஆணின் குரல் பேசுகிறது. இரு குரல்களும் திட்டிக் கொள்கின்றன.

சிவனும் சக்தியும் நான் பெரியவனா? நீ பெரியவளா? என்று சண்டை போட்டுக் கொள்கிறார்கள். கடவுளுக்கே 'ஈகோ' பிரச்சனை இருக்கும் போது மனிதனுக்கு எம்மாத்திரம் என்பதை எம்.வி.வி. 'காதுகள்' நாவலில் அற்புதமாக சொல்லியிருக்கிறார். மாலியின் காதுகளில் 'ரேடியோ' ஒலிச்சித்திரம் போல் உரையாடல் விறுவிறுப்பாக கேட்கிறது. எல்லாம் Porno ஆபாசம். மாலிக்கு பேச்சுகள் அருவருப்பாக இருக்கிறது. ஆனால் மனித ஆழ் மனதில் ஒளிந்து கிடப்பது ஆபாசம்தான். சந்தர்ப்பம் கிடைக்கும் போது தலைதூக்குகிறது என்பதைத் தான் எம்.வி.வி. சொல்லி இருக்கிறார்.

தன்னை தீய சக்திகள் துன்புறுத்துகின்றன என்று மாலி நினைத்தான். அந்தப் பிரச்சனையைத் தீர்க்க மந்திரவாதியிடம் போக அவன் விரும்பவில்லை.

மாலி குருவின் (முருகன்) துணையோடு தியானம் செய்தான். அவனுடைய தியானத்தை தீய சக்திகள் கலைத்தன.

காதுகளோடு போராடிக் கொண்டிருந்தால் தொழில் எப்படி நடக்கும்? வியாபாரம் படுத்து விட்டது. குடும்பம் வறுமையில் அல்லாடியது.

தரித்திரத்திற்குப் பசியும் அதிகம் என்பார்கள். மாலி வீட்டில் ஏழு வயிறுகளுக்கு உணவு வேண்டும், மாலி காதுகளோடு போராடிக் கொண்டிருந்தான். அவனுடைய மனைவி காமாட்சிதான் வீட்டிலுள்ள பொருட்களை விற்றும், நகைகளை அடகு வைத்தும் குடும்பத்தை நடத்தினாள்.

மாலிக்கு காதுகளில் கேட்கும் குரல்களும் மனப் பிரமைகளும் அதிகமாயின. அவனை பயமுறுத்தின. காமாட்சி அவனை ஆறுதல் படுத்தினாள்.

அந்த நேரத்திலும் மாலிக்குக் காம உணர்வுகள் தலை தூக்கின. காமாட்சியோ நிறை கர்ப்பிணியாக இருந்தாள். மாலியின் ஆசைக்குக் காமாட்சி உடன்படவில்லை.

'கஷ்டம் எப்போதும் இருக்கிறது. இருக்கிற சுகத்தை வேண்டாம் என்று ஏன் மறுக்க வேண்டும்?' என்றான் அவன்.

அவள் இந்த நீதியை ஏற்றுக்கொண்டு அடங்கி விட்டாள்; பல்லைக் கடித்து உடல் வலியை மறக்கச் செய்து இன்பத்தைப் பகிர்ந்து கொண்டாள்.

அந்தச் சிறிய இன்பத்திற்காக அன்று முழுவதும் துன்பப்பட்டாள் காமாட்சி. அவளுக்குப் பிரசவ வலியும் ஏற்பட்டது.

மாலியிடம் பணம் கிடையாது. வீட்டிலிருந்த ஒரு ரூபாயை காமாட்சி அவனிடம் கொடுத்து வண்டி கொண்டு வர சொல்லுகிறாள். செலவிற்கு மூக்குத்தியைக் கழற்றிக் கொடுக்கிறாள். சீக்கிரம் கழுத்தில் உள்ள தாலியும் பறிபோகும் என்று ஒரு குரல் அவன் காதில் கேட்கிறது.

காமாட்சி அரசினர் பிரசவ ஆஸ்பத்திரியில் ஆபத்தான நிலையில் சேர்க்கப்படுகிறாள். குழந்தை இறந்து பிறக்கிறது. கஷ்டக் கூட்டாளி தப்பி விட்டான் என்று மாலி நினைக்கிறான்.

காமாட்சி ஆஸ்பத்திரியில் இருந்த போது மூத்த மகள் சாவித்திரி பள்ளிக்கூடத்துக்கு விடுப்பு எடுத்துக் கொண்டு தம்பிகளைக் கவனித்துக் கொள்கிறாள்.

ஆனால் மாலி நிலைகுலைந்து விட்டான். பிடிவாதம் பிடிக்கும் மகன் செந்திலைக் கடுமையாகத் தாக்குகிறான். மற்ற நான்கு குழந்தைகளும் தந்தையின் செயலைப் பார்த்து பயந்துப் போகிறார்கள்.

ஆஸ்பத்திரியிலும் மாலி நிதானமாக நடக்கவில்லை. இறந்து போன குழந்தையை ஆஸ்பத்திரியிலேயே புதைக்க தோட்டி ரூ. 5 கேட்கிறான். அதைக் கொடுக்க முடியாது என்று கூறி குழந்தையின் பிணத்தைத் துணியில் சுற்றி வாங்கிக் கொண்டு வந்து வீட்டுக்குப் பின்புறம் குழி தோண்டி புதைக்கிறான்.

‘என்னை ஹிம்சை செய்யும் தீய சக்தி இந்த வலியோடு விலகி விடக் கூடாதா?’ என்று மாலி சோர்வாக நினைக்கிறான்.

ஆனால் அவன் நினைத்தபடி எதுவும் நடக்கவில்லை. படுத்த வியாபாரம் மீண்டும் எழுந்திருக்கவில்லை. தரித்திரம் தொடர்ந்தது. காதுகளில் கேட்கும் உரையாடல்கள் ஓயவில்லை. உரையாடல்களுக்குக் காட்சிகளும் இப்போது தெரிகின்றன.

வீட்டில் எல்லோரும் தூங்குகிறார்கள். இன்று எப்படியாவது தூங்கி விட வேண்டும் என்று மாலி விரும்புகிறான். இல்லையென்றால் பைத்தியம் பிடித்து விடும் என்று யோசித்து ஒரு தூக்க மாத்திரையை விழுங்கியிருந்தான்; தூக்க மாத்திரை தூங்கி விட்டது போலும், இரவு பதினொரு மணிக்கு மேல் ஆகியும் வீடு பூராவும் தூங்கி வழிந்தும் அவனுக்குத் தூக்கம் வரவில்லை.

கதையின் கடைசியில் மாலிக்கு ஒரு சோதனை வருகிறது. அவனுடைய மூத்த பெண் சாவித்திரிக்குக் காய்ச்சல். அது விடாக் கண்டனாக இருக்கிறது. டாக்டரின் திறமையைப் பரிகசிப்பது போல், அவர் வந்த போது பதுங்கியிருந்து, பொழுது விடியும் சமயம் பெண்ணின் பிரக்ஞையைப் பறித்துக் கொள்ளுகிறது.

சாவித்திரி உணர்வு பிசகி பிதற்றியதைப் பார்த்து மாலி மிகவும் பயந்துப் போகிறான்.

டாக்டரைப் பார்க்க ஆஸ்பத்திரிக்குப் போகிறான். ஆனால் கடவுளிடம் முறையிடுவோம் என்று வேத நாராயணப் பெருமாள் கோவிலுக்கு வருகிறான்.

வழியில் ஒரு பிண ஊர்வலம். மாலி பார்க்கிறான். வீட்டின் காய்ச்சலாய் படுத்திருந்த அவனுடைய புதல்வி சாவித்திரி நாலு பேரை வாகனமாக்கிக் கொண்டு, பச்சைத் தென்னை ஓலைப் பல்லக்கில் காற்று அற்ற வெற்றுடலாய் வந்து கொண்டிருக்கிறாள்.

மாலி அழுதான். எனக்கு முன் என் மகள் சாக மாட்டாள். இது மனப்பிரமை பண்ணுகிற வேலை.

நாகேஸ்வரர் கோவிலுக்குப் போய் விட்டு ஆஸ்பத்திரிக்குப் போகிறான்.

‘சாவித்திரிக்கு சாதாரணக் காய்ச்சல்தான். அவள் நன்றாக இருக்கிறாள்’ என்று டாக்டர் அவனிடம் கூறுகிறார்.

மாலிக்கு நிம்மதி பிறக்கிறது. கந்தரநுபூதியைப் பாடிக் கொள்கிறான்.

இப்போது அவனுக்கு ஒரு தெளிவு பிறந்திருக்கிறது. காதில் விழும் சத்தத்தை ஒடுக்க அதை விட பெரிய சத்தம் போட வேண்டும் என்று நினைக்கிறான்.

மாலியின் மனப் போராட்டம் முடிவுக்கு வரவில்லை. அவன் நம்பும் இறைவன் துணையிருப்பதால் வெற்றியைப் பற்றிய கவலை ஏது? நாவல் முடிகிறது.

காதுகள் ஓர் அற்புதமான நாவல்.

▼

10

புதிய தரிசனங்கள்

நாவலாசிரியர் பொன்னீலன் எழுதிய புதிய தரிசனங்கள்' எனும் நாவலுக்கு 1994-ஆம் ஆண்டுக்கான சாகித்ய அகடமி விருது கிடைத்தது.

பொன்னீலன் கன்னியாகுமரி (மாவட்டம்), மணிகட்டி பொட்டல் எனும் ஊரில் பிறந்தவர்.

பொன்னீலன் இயற்பெயர் கன்டேசுவர பக்தவச்சலன். எம்.ஏ., எம்.எட்., படித்தவர்.

உயர்நிலைப் பள்ளி ஆசிரியர்; கோவை மாவட்ட முதன்மைக் கல்வி அதிகாரியாக ஓய்வு பெற்றவர்.

இவருடைய தந்தை பொன்னீல வடிவு தலைமையாசிரியர், அன்னை அழகிய நாயகி அம்மாளும் ஒரு படைப்பாளி, இவர் எழுதிய 'கவலை' நாவல் புகழ்பெற்றது.

பொன்னீலன் இளம் வயதிலேயே மார்க்சிய தத்துவத்தின் மீது ஈடுபாடு கொண்டவர். ஆராய்ச்சி அறிஞர் நா.வானமாமலையை ஆசானாக ஏற்றவர்.

இலக்கிய விமர்சகர் தி.க. சிவசங்கரனின் தூண்டுதலால் 'தாமரை' இதழில் சிறுகதைகள் எழுதினார். இவருடைய சிறுகதைகள், காமம் செப்பாது, நித்யமானது என இரு தொகுதிகளாக வந்துள்ளன.

'ஊற்றில் மலர்ந்தது' 'கொள்ளைக்காரர்கள்', 'உறவுகள்' ஆகியவை இவருடைய குறு நாவல்களாகும். 'உறவுகள்', 'பூட்டாத பூட்டுகள்' என்ற பெயரில் திரைப் படமாக வந்தது.

'கரிசல்' நாவல் கோவில்பட்டி மக்களையும் நிலத்தையும் சித்தரித்த சிறந்த படைப்பாகும். அவருடைய 'மறுபக்கம்' நாவலும் வரவேற்பைப் பெற்றது 'புல்லின் குழந்தைகள்' கவிதைத் தொகுப்பாகும்.

ஜீவா, தவத்திரு குன்றக்குடி அடிகளார், தொ.மு.சி. ரகுநாதன், வைகுண்டர் தொடர்பான நூல்களையும் எழுதி உள்ளார்.

தமிழ்நாடு கலை இலக்கியப் பெருமன்றத்தின் பொதுச் செயலாளராக இருந்தார். அனைத்திந்திய முற்போக்கு எழுத்தாளர் சங்கத்தின் தலைவராக இப்போது இருக்கிறார்.

பொன்னீலன் தமிழின் குறிப்பிடத்தக்க முற்போக்கு இலக்கியவாதி; அவர் எழுதிய 'புதிய தரிசனங்கள்' தமிழ் இலக்கிய வரலாற்றில் ஒரு மைல் கல்லாகப் பார்க்கப்படுகிறது.

1975-ஆம் ஆண்டு பிரதமர் இந்தியா காந்தியால் அறிவிக்கப்பட்ட அவசரநிலையை இந்தியாவில் பிரதான எதிர்க் கட்சிகள் எப்படி எதிர் கொண்டன என்பதை அடிப்படையாக வைத்து எழுதப்பட்ட நாவல் 'புதிய தரிசனங்கள்' ஆகும்.

'புதிய தரிசனங்கள்' தமிழில் வெளிவந்த முக்கியமான அரசியல் நாவல், அவசர நிலைக் கால இந்திய அரசியல் 'புதிய தரிசனங்கள்' நாவலில் ஒரு நிஜ நாடகம் போல் நடத்தி பார்க்கப்படுவதாக விமர்சகர்கள் கூறுகின்றனர்.

சோவியத் வீழ்ச்சி (பெரிஸ்த்ரோய்க்கா) உலகம் முழுவதுமுள்ள கம்யூனிஸ்டுகளைச் சிந்திக்க வைத்தது. வாழ்க்கையைப் பற்றிய புரிதல், கொள்கை, நடைமுறை, ஸ்தாபனம் என எல்லாவற்றையும் பற்றி மறுபரிசீலனை செய்ய வைத்தது.

இந்தப் பரிசீலனையை நாவல் பேசுகிறது. இந்தப் பரிசீலனையின் முடிவுதான் 'புதிய தரிசனங்கள்'.

மனுஷத்தனம் கொண்ட உலக நோக்கு ஒன்றைத் தேடுவது புதிய தரிசனங்கள் சொல்லும் 'சேதி'.

நாவலாசிரியர் நம்பும் மனித நேயம், வறட்டுத் தனமான மார்க்சியம் அல்லது வெறும் அரசியல்தனத்தால் பொருத்தப்பாடு இல்லாமல் போகிறது. நாவலாசிரியர் ஏமாற்றடைகிறார். இது அவரை புதிய தரிசனங்களைத் தேடிச் செல்ல வைக்கிறது.

புதிய தரிசனங்களில் சில கேள்விகள் தீர்க்கமாக முன் வைக்கப்படுகின்றன.

1. அரசியலுக்கு மனுஷத்தனம் வேண்டுமா? வேண்டாமா?

2. பண்பாட்டு மதிப்புகள் குறித்து அரசியலுக்கு அக்கறை உண்டா? இல்லையா?

3. நேர்மை, ஜனநாயகம், மனிதநேயம் போன்ற அளவுகோல்கள் தேவைப்படாததா அரசியல்?

இக் கேள்விகள் கம்யூனிஸ்ட் அரசியலுக்கும் பொருந்தும்.

அதனால்தான் 'சர்வாதிகாரத்திற்கு இடமில்லை, அது பூர்ஷ்வா சர்வாதிகாரமாக இருந்தாலும் சரி, பாட்டாளி வர்க்க சர்வாதிகாரமாக இருந்தாலும் சரி, அரசியலில் ஜனநாயகம் தான் இலட்சியம்' என்று புதிய தரிசனங்கள் ஓங்கி சொல்கிறது.

அனந்தனூர் எனும் சிறிய கிராமந்தான் நாவலின் களமாகும். நூற்றுக்கணக்கான மக்கள் பாத்திரங்களாக வருகிறார்கள்.

'புதிய தரிசனங்கள்' அரசியல் நாவல் என்பதால் பிரதான பாத்திரங்கள் முக்கிய கட்சிகளின் பிரதிநிதிகளாக இருக்கிறார்கள்.

அனந்தனூரின் முற்போக்கு முகமாக இளைஞர் மன்றம் இருக்கிறது. மன்றத்தை வழி நடத்தும் ராகவன், செல்லையா, தேசிகன், நடேசன், அர்ச்சுனன் ஆகியோர் இந்திய கம்யூனிஸ்ட் கட்சியைச் சேர்ந்தவர்கள், ரங்கசாமி, வலம்புரி, அய்யாபழம் ஆகியோர் மார்க்சிஸ்ட் கட்சி, ரகுராமன் நக்சலைட்

சுகுமாரன், காளியப்பன் ஆகியோர் இந்திய காங்கிரஸ்; பிரேம் ஆர்.எஸ்.எஸ்.; இளஞ்சேரன் தி.மு.க.; கண்ணன் அ.தி.மு.க.

நிலவுடமையாளர்களாக இருக்கும் மேகநாதன், தங்கராஜன், திருமலை ஆகியோர் ஸ்தாபன காங்கிரஸ்சை சேர்ந்தவர்கள்

இவர்களே வர்க்க சார்புடையவர்களாகவும் இருக்கிறார்கள். செல்லையா, தேசிகன், ரங்கசாமி, வலம்புரி, முந்திரி ஆலை பெண் தொழிலாளிகள் செண்பகம், மீனாட்சி ஆகியோர் உழைக்கும் வர்க்கத்தினர்.

மேகநாதன், ரங்கநாதன் ஆகியோர் வலுவிழந்து வரும் நிலப்பிரபுத்துவ வர்க்கத்தினர்.

முந்திரி ஆலை முதலாளி காளியப்பன், செல்வேந்திரன். மோகன்தாஸ் ஆகியோர் வளர்ந்து வரும் முதலாளித்துவ வர்க்கத்தினர்.

ராகவன், தியாகி வேலையா, தியாகி ராமநாதன், வைகுண்டப் பெருமாள் ஆகியோர் நடுத்தர வர்க்கத்தினர்.

இவர்கள் அனைவரும் அனந்தனூரில் வசிக்கின்றனர்.

நாவலின் காலம் என்பது நெருக்கடி நிலை அறிவிக்கப்பட்ட 1975-77 ஆகிய இரண்டு ஆண்டுகளாகும்.

ஜெயப்பிரகாஷ் நாராயணனின் முழுப் புரட்சிக்கான (Total Revoluation) அறைகூவல் விடுக்கப்பட்ட காலகட்டத்தில் நாவல் தொடங்குகிறது. நெருக்கடி நிலை ரத்து செய்யப்பட்ட தருணத்தில் முடிகிறது.

சொந்தக் கட்சியினராலும் எதிர்க்கட்சிகளாலும் ஏற்பட்ட பிரச்சனைகளைச் சமாளிக்க பிரதமர் இந்திரா காந்தி நெருக்கடி நிலை (மிசா)யை அறிவிக்கிறார்.

அப்போது இந்திரா காந்தி மன்னர் மானியம் ஒழிப்பு, வங்கிகள் நாட்டுடைமை, 20 அம்சத் திட்டங்கள், ரஷ்யா சார்பு போன்ற நிலைப்பாடுகளை எடுக்கிறார்.

இவற்றை சோஷலிசத்திற்கான திட்டங்கள் என்று கூறி இந்திய கம்யூனிஸ்ட் கட்சி ஆதரிக்கிறது.

ஆனால் நெருக்கடி நிலையை ஜனநாயகப் படுகொலை என்று கூறி மார்க்சிஸ்ட் கட்சி எதிர்க்கிறது. இரு இடதுசாரிக் கட்சிகளும் எதிர் எதிர் நிலைகளை எடுக்கின்றன.

ஜெயபிரகாஷ் நாராயணன் (லோக்தல்), வாஜ்பாய் (ஜனசங்கம்) காமராஜர், மொரார்ஜி தேசாய் (பழைய காங்கிரஸ்) கருணாநிதி (தி.மு.க.) ஆகியோர் நெருக்கடி நிலையை எதிர்க்கிறார்கள்.

நெருக்கடி நிலையை எதிர்த்த தி.மு.க. அரசு 'டிஸ்மிஸ்' செய்யப்படுகிறது.

அனந்தனூரில் இளைஞர் மன்றம் இந்திராவின் 20 அம்ச திட்டங்களைச் செயல்படுத்த முயற்சி செய்கிறது. 20 அம்ச திட்டங்களை சோஷலிசத்திற்கான நடவடிக்கையாகவே ராகவன் பார்க்கிறான்.

குடியிருப்போருக்கு வீட்டுமனை சொந்தம், உழுபவனுக்கு நிலம் சொந்தம் போன்ற பிரச்சாரங்களைப் பார்த்து, அனந்தனூரின்

நிலவுடைமையாளர்களான மேட்டுத் தெரு மேகநாதன், தங்கராஜா ஆகியோர் இளைஞர் மன்றத்தின் மீது கோபம் கொள்கின்றனர்.

மேலும் இளைஞர் மன்றம் தாழ்த்தப்பட்ட மக்கள் வசிக்கும் குடியிருப்புப் பகுதியில் இருக்கிறது. மன்றத்தின் சமத்துவம், ஜன நாயக கோரிக்கைகள் ஆண்டான்-அடிமை முறையை ஒழித்து விடுமோ என்று மேட்டுத் தெருவினர் பயப்படுகிறார்கள், அதனால் அவர்களின் ஒரே நோக்கம் இளைஞர் மன்றத்தை ஒழிப்பதாக இருக்கிறது.

மேட்டுத் தெருவினர் கொடுமைகள் செய்யத் தயங்கவில்லை. காவல்துறை பணக்காரர்களுக்கு ஆதரவாக இருக்கிறது. கைக் கூலிகளும் ஏவி விடப்படுகிறார்கள்.

இளைஞர் மன்றத்தின் செல்லையா நடுத்தெருவில் வெட்டி சாய்க்கப்படுகிறான். வன்முறையிலிருந்து தப்பிக்க மன்றத்தினர் ஊரை விட்டு ஓடுகிறார்கள்.

ராகவன் திகைக்கிறான். தன்னை நம்பி இருக்கும் இளைஞர் மன்றத்தினரைக் காப்பாற்ற படாத பாடுபடுகிறான்.

20 அம்சத் திட்டம் காகிதப்புலியாக இருக்கிறது. சஞ்சய் காந்தியின் 5 அம்சத் திட்டம் மக்களை வதைக்கிறது. நெருக்கடி நிலை அதிகாரம் ஏழைகளுக்கு உதவவில்லை.

இந்த அனுபவத்தின் ஊடாக நெருக்கடி நிலையின் சுய ரூபத்தை ராகவன் உணருகிறான்.

புதிய தரிசனங்களின் கதாநாயகன் ராகவன் ஓர் அரசு ஊழியன். இந்திய கம்யூனிஸ்ட் கட்சியின் அரசியலை ஏற்றுக் கொள்கிறவன். இந்திராவின் நெருக்கடி காலப் பொய்மையை உணரத் தவறுகிறான். இறுதியாக உண்மையை உணருகிறான். தான் நம்பும் கட்சியின் தத்துவத்தையும் பரிசீலனைக்கு உட்படுத்துகிறான். அவனுக்குள் புதிய தரிசனம் கிடைக்கிறது. தன் தோழர்கள் உள்பட அனைவரிடமும் தனிமைப்பட்டு நின்று விடுகிறான். நாவல் இங்கு முடிகிறது.

பொன்னீலனின் புதிய தரிசனங்கள் வெறும் அரசியல் நாவல் மட்டுமல்ல, அனந்தனூர் கிராம மக்களின் வாழ்வைச் சித்தரிக்கும் சமுதாயச் சித்திரமாகவும் இருக்கிறது.

தமிழ் நாவல்களில் குடும்ப வாழ்க்கையை பற்றிய சித்தரிப்பு முக்கிய அம்சமாகும். குடும்ப வாழ்க்கையில் கணவன்-

மனைவிக்கிடையிலான சித்தரிப்பிற்கும் திருமணத்திற்கு முற்பட்ட காதல் வாழ்க்கை சித்தரிப்பிற்கும் புதிய தரிசனங்கள் கூடுதலான இடம் தந்திருக்கிறது.

ராகவனின் மனைவி ஜானகி எப்பொழுதும் கணவனை எச்சரித்துப் பாதுகாக்கிறவர்; கற்பனைக் குதிரையில் பறக்கும் ராகவனை எதார்த்தம் நோக்கி அன்பாக, ஒரு கேலிப் புன்னகையோடு இழுக்கிறவர்; கம்யூனிசத்தை விமர்சித்துக் கொண்டே கம்யூனிஸ்டுகளுக்கு தேநீர் போட்டு கொடுப்பவர். போராட்டக்காரனின் மனைவிக்கு இருக்க வேண்டிய மன உறுதியும் தியாக உணர்வும் கொண்டவர். ராகவன்-ஜானகி இல்லறம் நல்லறம்.

ராகவனுக்கு இணையான பாத்திரமான சுகுமாரனின் இல்லற வாழ்க்கை சோகங்கள் நிறைந்தது. சுகுமாரனின் மனைவி மோகனா பணப்பெருமை பேசுகிறவர். இருவரும் இரு துருவங்கள்.

சுகுமாரன் ஏழைப் பெண், இளம் பெண் ஜோதியை விரும்புகிறான். ஜோதி ஒரு கிழவனுக்கு வலுக்கட்டாயமாகத் திருமணம் செய்து வைக்கப்படுகிறாள்; சுகுமாரன் பைத்தியமாக்கப்படுகிறான்.

மேட்டுத் தெருக்காரர்களின் குடும்ப வாழ்க்கையில் பெண்ணடிமைத்தனம் கோலோச்சுகிறது. தங்கராஜா மனைவி திலகத்தை அடித்து உதைக்கிறார். திருமலை மனைவி சரோஜினியை சந்தேகப்படுகிறான். மேகநாதன் பர்வதத்தை அன்பாக நடத்துவதில்லை. மேட்டுத்தெரு ஆண்களின் ஒருமித்த குணம் ஊர் மேய்வதாகும்.

குடியிருப்பைச் சேர்ந்தவர்களின் குடும்ப வாழ்க்கை வறுமையும் துயரமும் நிறைந்தது. ஆண்கள் அடிமைப் புத்தியுடன் குடிகாரர்களாக இருக்கிறார்கள். குடும்பத்தைக் காக்க பெண்கள் போராடுபவர்களாக இருக்கிறார்கள்.

வழி தவறிய வாழ்க்கை கொண்ட சில பெண்களையும் நாவல் சித்தரிக்கிறது. பூரணி ஒரு விதவை. விலைமாதாக வாழ வேண்டியிருக்கிறது. இன்னொரு பெண் சாராயம் விற்றுப் பிழைக்கிறாள்.

'புதிய தரிசனங்கள்' நாவலில் சில மறக்க முடியாத காதல் கதைகள் இடம் பெற்றுள்ளன.

செல்லையா-மீனாட்சி, தேசிகன்-செண்பகம் ஆகிய இரண்டு காதல் ஜோடிகளின் அன்பு ஆழமானது. இவர்களின் அன்பு எவ்வளவு

ஆழமானது என்பதை வெளிப்படுத்தும் இரண்டு நிகழ்ச்சிகளை பொன்னீலன் மிகவும் உணர்ச்சிகரமாக சித்தரித்திருக்கிறார்.

மேட்டுத் தெருவினரின் கூலிப்படையில் செல்லையா வெட்டி சாய்க்கப்படுகிறான். அதைக் கேள்விப்பட்ட மீனாட்சியின் உள்ளம் துடி துடித்துப் போகிறது.

செல்லையா குணமாகி ஜாமினில் விடுதலையாகி ஊருக்குத் திரும்புகிறான். வேனிலிருந்து இறங்க செல்லையாவுக்குத் தாமதமாகிறது. மீனாட்சி பதைபதைப்புக்குள்ளாகிறாள்; அவனைப் பார்த்த பிறகுதான் நிம்மதியடைகிறாள்.

ஒரு கட்டத்தில் தேசிகன் செண்பகத்தை விட்டு விலகிச்செல்கிறான். செண்பகம் அரளி விதையை அரைத்துக் குடித்து தற்கொலைக்கு முயல்கிறாள். அவளைக் காப்பாற்றுவதற்காக தேசிகன் துடிக்கும் துடிப்பு நம் காதில் கேட்கிறது. செண்பகத்தின் மரணப் போராட்டம் உயிரோட்டமாக சித்தரிக்கப்படுகிறது. படிப்போரை உலுக்கி விடும் காட்சி இது.

இந்த இரண்டு காதல் ஜோடிகளின் காதல் ஒரு விதமென்றால் பூரணி - வலம்புரி காதல் வேறு விதமானது. அச்சு அசலானது. வழக்கமான அளவுகோல்களுக்குள் அடங்காதது, சேற்றில் மலர்ந்த செந்தாமரை பூரணி. காளியப்பன் போன்றவர்களால் பூரணியின் உடம்பைத்தான் விலைக்கு வாங்க முடியும், மனதை அல்ல என்பதை நாவல் அழுத்தமாக சொல்கிறது.

நடேசன்-மீனா-மோகன்தாஸ் காதல் இன்னொரு விதமானது. மீனா மீது நடேசனின் ஈர்ப்பு என்பது முதிர்ச்சியற்றது, அது வெறும் பாலின கவர்ச்சி. மோகன்தாஸ் காதல் பணக்காரர்களின் பொழுதுபோக்கு, மலர் விட்டு மலர் தாவும் வண்டைப் போன்றவன் மோகன்தாஸ்.

ஏழைகளுக்கிடையில்தான் உண்மையான அன்பும் காதலும் இருப்பதை நாவலில் பொன்னீலன் சரியாகத்தான் சித்தரித்திருக்கிறார். அழகாகவும் சித்தரித்திருக்கிறார்.

'புதிய தரிசனங்கள்' மிகப் பெரிய நாவல் நாவலின் விரிந்த பரப்பை அதன் உள்ளடக்கம் தான் தீர்மானித்திருக்கிறது. அதனால் ஏன் 2000 பக்கங்கள் எழுத வேண்டும் என்று கேட்க ஒன்றுமில்லை.

இந்திய அரசியலில் நெருக்கடி காலம் இரண்டு ஆண்டுகள்தான். இந்திய அரசியலிலும் சமூகத்திலும் உள்ள கருத்து மோதல்கள் என்பது 2000 ஆண்டுகள் பழமையானவை.

நெருக்கடி நிலை என்கிற நிகழ்காலத்தை நாவல் பேசினாலும் இறந்த காலமும் எதிர்காலமும் சேர்ந்தே தான் பயணிக்கின்றன.

அதனால் தான் நாவல் பழைய தரிசனங்களுக்குப் பதில் புதிய தரிசனங்களை முன் வைக்கிறது.

நாவலைப் படித்து முடித்த பிறகு ஒரு சமுத்திரத்தைக் கடந்து வந்தது போல் மலைப்பு தோன்றியது.

பொன்னீலன் மானுட சமுத்திரத்தின் அரசியல், சமூக, பண்பாட்டின் வாழ்க்கையைச் சித்தரித்திருக்கிறார். அனந்தனூர் எனும் நீர்த்துளிக்குள் அந்த சமுத்திரம் அடக்கம். இது சாதாரணப் புனைவு அல்ல; எழுத்தின் தவம்; பொன்னீலனின் 14 ஆண்டு கால தவம்.

'புது தரிசனங்கள்' தமிழ் இலக்கியத்தில் புதிய சாதனை. இந்திய வரலாற்றில் முக்கிய கட்டமான நெருக்கடி நிலையை முதன்முதலாகச் சித்தரித்த நாவல்.

என்னுடைய 42-ஆவது வயதில் புதிய தரிசனங்கள் வாசித்தேன். இப்போது 74-ஆவது வயதில் வாசிக்கிறேன்; என்ன வேறுபாடு?

இப்போதுதான் எனக்கு தரிசனங்கள் கிடைத்தது என்று சொல்லத் தோன்றுகிறது.

▼

11

வானம் வசப்படும்

பிரபஞ்சன் எழுதிய 'வானம் வசப்படும்' 1995ஆம் ஆண்டிற்கான சாகித்ய அகடமி விருது பெற்ற நாவலாகும்.

பிரபஞ்சன் புதுச்சேரியைச் சேர்ந்த எழுத்தாளர். இவரது இயற்பெயர் சாரங்கபாணி வைத்தியலிங்கம்.

1961-ஆம் ஆண்டு எழுதத் தொடங்கிய பிரபஞ்சன் இதுவரை 213 சிறுகதைகள், 21 நாவல்கள், 5 குறுநாவல்கள், 9 கட்டுரைத் தொகுப்புகள், 3 நாடகங்கள் எழுதியிருக்கிறார்.

சாகித்ய அகடமி விருது, புதுச்சேரி, தமிழக அரசு விருதுகள், இலக்கியச் சிந்தனை. பாரதிய பாஷா பரிஷத் பரிசுகள், தினத்தந்தி ஆதித்தனார் விருது, கவிஞர் கண்ணதாசன் விருது, பபாசி விருது என ஏராளமான விருதுகளைப் பெற்றவர்.

1945-ஆம் ஆண்டு பிறந்த பிரபஞ்சன் 2018-ஆம் ஆண்டு மறைந்தார். அவரது உடலுக்கு 21 குண்டுகள் முழங்க முழு அரசு மரியாதை கொடுக்கப்பட்டது.

தமிழ் எழுத்தாளர் ஒருவருக்கு இப்படியான மரியாதை முதன் முதலாக பிரபஞ்சனுக்கு வாய்த்தது.

டிஸ்கவரி புக்பேலஸ் 'பிரபஞ்சன் 55' என்ற பெயரில் விழா எடுத்து கௌரவித்தது. பிரபஞ்சன் அறக்கட்டளை நிறுவி அவரது நூல்களை வெளியிட்டு வருகிறது.

பிரெஞ்சுக்காரர்கள் புதுச்சேரியைக் கைப்பற்றி ஆண்ட போது கவர்னராக இருந்தவர் டூப்ளே. அவரிடம் துபாஷியாக வேலை செய்த ஆனந்த ரங்கம் பிள்ளை எழுதிய நாட்குறிப்பை அடிப்படையாக வைத்து எழுதப்பட்ட நாவல் 'வானம் வசப்படும்'.

வெளிநாட்டினர் இந்தியாவை வென்றதால் இஸ்லாமும் கிறித்தவமும் இந்தியாவிற்குள் நுழைந்தன

புதுச்சேரி மக்களின் வழிபாட்டு உரிமையை, முறையை இஸ்லாமும், கிறித்தவமும் எப்படி பாதித்தன என்பதை இந்நாவல் பதிவு செய்திருக்கிறது.

அந்தக் காலத்தில் மக்கள் மகிழ்ச்சியுடன் வாழ்ந்ததாகச் சொல்லப்படுவது எவ்வளவு பெரிய பொய் என்பதை 'வானம் வசப்படும்' நாவலைப் படிப்பதன் மூலம் தெரிந்து கொள்ள முடியும்.

'புதுச்சேரிக்கு பிரெஞ்சுக்காரர்கள் வியாபாரத்திற்காக வந்திருந்தாலும் தமிழ் மக்களைக் கிறித்துவத்திற்கு மாற்றுகிறார்கள். நிலங்களைஅபகரிக்கிறார்கள்; செல்வத்தைக் கொள்ளையடிக்கிறார்கள்.'

பிரெஞ்சுக்காரரை அண்டிப் பிழைக்கிறவர்களாக பிராமணர், முதலியார், செட்டியார், நாயக்கர், பிள்ளைமார் போன்ற உயர் சாதியினர் இருக்கின்றனர்.

இடை சாதியினரும் பள்ளர், பறையர் போன்ற தாழ்த்தப்பட்ட சாதியினரும் கொடுமைக்குள்ளாகின்றனர், அடிமைகளாக நடத்தப்படுகின்றனர் என்பதை 'வானம் வசப்படும்' தெளிவாகச் சித்தரிக்கிறது.

ஆங்கிலேயர் மற்றும் பிரெஞ்சுக்காரர்களிடம் உயர்மட்டப் பதவிகளை உயர்சாதியினர் லஞ்சம் கொடுத்துப் பெறுகிறார்கள். தொழில், வர்த்தக உரிமைகளும் உயர் சாதியினருக்குத்தான் கிடைத்திருக்கின்றன.

அந்தக் காலத்தில் வங்கி வசதிகள் இல்லை; மக்கள் சம்பாதித்ததை மண்ணில் புதைத்து வைக்கிறார்கள்; அவை பல நேரங்களில் கொள்ளைப் போகின்றன.

இந்துக் கோவில்களில் தாசிகள் இருக்கின்றனர். அவர்கள் பணக்காரர்களை நம்பி வாழ்கின்றனர். பணக்காரர்கள் அவர்களை அனுபவிக்கின்றனர்.

வெயிலின் அருமை நிழலில் தான் தெரியும் என்பதைப் போல் 300 ஆண்டுகளுக்கு முன் வாழ்ந்த சாதாரண மக்களின் அவல வாழ்க்கையைத் தெரிந்து கொள்ளும் போது இன்றைய மக்களாட்சியில் நாம் அனுபவிக்கும் சுதந்திரம், உரிமை, வசதிகள் எல்லாவற்றையும் பெரிதாக நினைக்க வேண்டியதிருக்கிறது.

பிரபஞ்சன் எழுதிய மானுடம் வெல்லும் நாவலின் தொடர்ச்சிதான் வானம் வசப்படும் ஆகும்.

கதைச் சுருக்கம்

பிரெஞ்சு மன்னரால் புதுச்சேரிக்குப் புதிய கவர்னராக டூப்ளேயும் அவரது மனைவி மதாம் ழான்யும் வருகிறார்கள்.

அவர்களை ஆனந்தரங்கம் பிள்ளையும் மற்ற அதிகாரிகளும் வரவேற்பதில் ஆரம்பிக்கிறது நாவல்.

டூப்ளே நேர்மையும் திறமையும் கொண்டவராக இருந்தாலும் மனைவியின் பேச்சைக் கேட்கிறவர். ழான் டூப்ளே அதிகாரத்தைத் தவறாகப் பயன்படுத்திப் பணம் சேர்க்கிறவராக இருக்கிறார். அரசாங்கப் பதவிகளை விற்கிறார். டூப்ளேயால் ஒன்றும் செய்ய முடியவில்லை.

மதாம் ழான் கிறித்துவ மதவெறி பிடித்தவராகவும் இருக்கிறார்; பாதிரியாருடன் சேர்ந்து வேதபுரீஸ்வரர் கோவிலை இடிக்கிறார்.

டூப்ளே பிரெஞ்சு ஆதிக்கம் இந்தியாவில் விரிவடைய வேண்டும் என விரும்புகிறார். அவருக்கு உதவியாக தளபதி லபூர் தொன்னே 8 கப்பல்களில் படையுடன் வருகிறார்.

ஆங்கிலேயர் வசமிருக்கும் சென்னைப் பட்டினத்தை லபூர் தொன்னே கைப்பற்றுகிறார்.

ஆனால் பேரம் பேசி பல இலட்சம் வராகன்களுக்கு ஆங்கிலேயருக்கே விற்று விடுகிறார். இந்நிகழ்ச்சி 1746-ல் நடக்கிறது.

பின்னர் லபூர்தொன்னே கைது செய்யப்பட்டு பிரான்சுக்கு அனுப்பப்படுகிறார்; தண்டிக்கப்படுகிறார்.

இந்தியாவில் ஆங்கிலேய சாம்ராஜ்யத்தை நிறுவ பெரிதும் உதவிய தளபதி ராபர்ட் கிளைவ்யின் ஆரம்ப கால வாழ்க்கையும் இந்நாவலில் பேசப்படுகிறது.

சென்னை கவர்னரிடம் எழுத்தராக பணியில் இருக்கிறார் கிளைவ். அந்த வாழ்க்கை அவருக்குப் பிடிக்கவில்லை, போர் வீரனாக ஆசைப்படுகிறார்.

சென்னையிலுள்ள படைத்தளபதி கிளைவ்வை கேலி செய்கிறார். படையில் சேர்க்க மறுக்கிறார், கிளைவ் தற்கொலைக்கு முயற்சி செய்கிறார். சாகவில்லை.

கடலூருக்கு அருகிலுள்ள தேவதானம் பேட்டை ஆங்கிலேயர் வசம் இருக்கிறது.

கிளைவ் தேவதானம் பேட்டைக்கு நடந்தே செல்கிறார். அங்குள்ள தளபதி கிளைவ்யின் ஆர்வத்தை மதித்து படையில் சேர்த்துக் கொள்கிறார்.

கிளைவ் ஒரு குதிரையை சம்பாதித்துக் கொள்கிறார். துப்பாக்கியைப் பயன்படுத்த கற்றுக் கொள்கிறார்.

தேவதானம் பேட்டையை தாக்க வந்த பிரெஞ்சுப் படையை எதிர்த்து சண்டையிடுகிறார். அவருடைய அசாத்திய துணிச்சலும் வீரமும் பிரெஞ்சுப் படையைத் தோற்கடிக்க உதவுகிறது. கிளைவ் கவனிக்கப்படுகிறார்.

பின்னாட்களில் தளபதியான கிளைவ் டூயூப்ளேயைத் தோற்கடிக்கிறார். அவருக்குத் துணையாக வந்த சந்தா சாகிப்பைக் கொல்கிறார். முகமது அலியை ஆற்காட்டு நவாப் ஆக்குகிறார்.

கிளைவ் பெற்று தந்த வெற்றி ஆங்கிலேய ஆதிக்கத்தை நிலை நிறுத்துகிறது.

இந்த நிகழ்ச்சிகள் வானம் வசப்படும் நாவலில் இல்லை. பிரபஞ்சனால் பின்பு எழுதப்படுவதாக இருந்தது. ஏனோ எழுதப்படவில்லை.

ஆறாயிரம் மைல்களைக் கடந்து இங்கு வந்து சேர்ந்த ஐரோப்பியனுக்கும் இந்த மண்ணிலே பிறந்த தமிழனுக்கும் அல்லது இன்னொரு இனத்தானுக்கும் மனித சுபாவம் எப்படியெல்லாம் செயல் பட்டிருக்கிறது என்று உடைத்துப் பார்ப்பது எனக்கு சுவாரசியம் தருகிறது. அதிலும் இரண்டு நூற்றாண்டுகளுக்கு முந்தைய மனிதர்கள் எப்படி சிந்தித்தார்கள். செயல்பட்டார்கள், அவர்களின் மனித சுபாவம் எப்படிச் சுழித்துக் கொண்டது என்று பார்ப்பது கூடுதல் சுவாரசியமாக எனக்கு இருந்தது.

'நடந்ததைத் திருப்பிப் பார்ப்பது மட்டும் வரலாறு அல்லவே! நடந்த நிகழ்ச்சிகளை இயக்கிய மனிதர்கள் என் காலத்து மனிதர்களிடம் பேசுவதற்கு நிறைய வைத்திருக்கிறார்கள். அவர்களின் மொழி எனக்குக் கை வந்திருக்கிறது. ஆகவே இந்தத் தலைமுறைக்கு அதைச் சொல்ல எனக்கு ஏற்பட்ட விருப்பமே இந்தக் கதை' என்கிறார் பிரபஞ்சன்.

இந்த விருப்பம் என்பது அவரது சமூக அக்கறையைக் காட்டுகிறது.

'வானம் வசப்படும்' நாவலில் இடம் பெற்று இருக்கும் அந்தக் கால மக்களின் துயரமிக்க வாழ்க்கை, அரசாங்கச் செய்திகள் எல்லாமே பிரபஞ்சனின் சமூக அக்கறையை வெளிப்படுத்தும் விதமாக இருக்கின்றன.

ஏழை மக்கள் பணத்திற்காகத் தங்களை விற்கிறார்கள். அவர்கள் அடிமைகளாக மொரிஷியஸ் தீவுக்கு அனுப்பப்படுவது இந்நாவலில் வரும் அதிர்ச்சியூட்டும் செய்தி.

ஆட்சிப் பரப்பைப் பெருக்கி, வரி போட்டுப் பணம் சம்பாதிப்பதில் ஆங்கிலேயருக்கும் பிரெஞ்சுக் காரர்களுக்கும் எப்போதும் போட்டி நிலவுவதை இந்நாவல் பதிவு செய்திருக்கிறது.

அதற்காகவே சண்டைப் போட்டுக் கொள்ளும் சுதேசி மன்னர்களுக்குப் படை உதவி செய்து பணமும் நிலமும் சம்பாதிப்பதை பிரெஞ்ச், ஆங்கிலேய கவர்னர்கள் செய்கிறார்கள்.

இதனால் சாதாரண மக்களின் வாழ்க்கை சின்னா பின்னமாவதை நாவல் வெளிப்படுத்தியிருக்கிறது.

இன்றும் வல்லரசுகள் நடத்தும் போர்களின் நோக்கம் இவைதான். அப்பாவிப் பொது மக்கள் குண்டு மழையில் உயிரிழப்பதையும் பார்க்கிறோம்.

பிரெஞ்ச், ஆங்கிலேய சிப்பாய்கள் கொள்ளையடிக்கிறார்கள், வழிப்பறி செய்கிறார்கள். வரி வசூலில் அதிகாரிகள் கமிஷன் அடிக்கிறார்கள்.

சிப்பாய்கள் எல்லோரும் மூர்க்கமும் அறியாமையும் உடையவர்களாக இருக்கிறார்கள். கூலிக்கு உயிரை விடுகிறார்கள்.

இன்றைக்கும் இங்கே போலீசும் ராணுவமும் ஆங்கிலேய, பிரெஞ்ச் காலச் சிப்பாய்கள் போலத்தான் இருக்கிறார்கள் என்பதை ஒப்பிட்டுப் பார்க்கத் தோன்றுகிறது.

உயர் ஜாதி இந்துக்கள், கிறிஸ்தவ மதத்திற்கு மாறியவர்கள் மட்டுமே தமிழர்கள் எனப்படுகின்றனர். கீழ் ஜாதியினர் மக்களாகவே மதிக்கப்படவில்லை. அவர்களுக்கு நீதி, நியாயம் கிடையாது.

குற்றம் செய்யும் உயர் ஜாதியினர் கவர்னருக்கும் அதிகாரிகளுக்கும் லஞ்சம் கொடுத்து தப்பித்துக் கொள்கிறார்கள். பள்ளர், பறையர்களுக்கு சிறைதான்.

கீழ் ஜாதியினர் தப்பித்துக் கொள்ளவே கிறிஸ்துவத்திற்கு மாறுகிறார்கள். மேல் ஜாதியினர் வியாபாரத்திற்காக, சுகபோக வாழ்க்கைக்காக கிறிஸ்தவர்களாகிறார்கள்.

சர்ச்க்குள்ளும் ஜாதிப் பாகுபாடு காட்டப்படுகிறது. 'சர்ச்'க்குள் மதில் சுவர் கட்டி தீண்டாமையைப் பேணுகிறார்கள்.

நல்ல பாதிரியார் ஒருவர் ஒரு உயர் ஜாதியினரிடம் கேட்பது நாவலில் பதிவாகி இருக்கிறது. "மாட்டுக் கறி தின்கிறவர்கள் பறையர்கள் என்றால், அதே மாட்டுக் கறியைத் தானே கவர்னர் துரையும் சாப்பிடுகிறார். அவரிடம் தீண்டாமை ஏன் காட்டவில்லை?"

உயர் சாதியினர், அதிகாரிகள் செய்யும் கொடுமையிலிருந்து தப்பிக்கவே மாடனும் காடனும் கிறிஸ்தவர்களானார்கள்.

மக்களாட்சியிலும் கூட சாதிக் கொடுமைகள் மறையவில்லை என்பதையே வெண்மணியும் வேங்கை வயலும் சுட்டிக் காட்டுகின்றன.

இந்துக்களின் கடவுள் வழிபாடு கேலி செய்யப்படுவதையும் வேதபுரீஸ்வரர் கோவில் இடிக்கப்படுவதையும் நாவல் பதிவு செய்திருக்கிறது. [ஆனால் மசூதியை இடிக்க முயன்ற கவர்னரின் அதிகாரம் முஸ்லீம்களிடம் தோற்றுப் போகிறது.]

கவர்னரின் மனைவி மதாம் தூான் சொல்கிறார். "பாருங்கள், இந்த சனங்களை பாம்பு, பன்றி, மரம், மாடு, நெருப்பு, கல், மண், மண்ணாங்கட்டி, செடி, கொடி, கத்தி இவற்றையெல்லாம் கடவுள்கள் என்றும், இதுக் கெல்லாம் தெய்வீக சக்தி இருக்கிறதென்றும், இதுகளை பூஜித்துக் கொண்டு திரிகிறதே, இந்தக் காட்டுமிராண்டிகள் கூட்டம். இதுகளைத் திருத்துவதற்கென்றே பிரான்சு மன்னர் நமக்கு உத்தியோகம் கொடுத்து அனுப்பி வைத்திருக்கிறார். வியாபாரம் பண்ணுகிறது நமது இரண்டாம் நோக்கம் தானே" என்கிறார்

இதை ஆதிசேடன் என்கிற பிராமணப் பண்டிதரிடம் தான் கூறுகிறார். பிராமணனுக்குக் கோபம் வரவில்லை.

அவருக்கு ஞானாதிக்கப் பண்டிதன் என்று பெயர் சூட்டிக் கிறிஸ்தவர்களாக்குகிறார்கள்.

வெளிநாட்டவர் பழித்துக் கூறும்படி தான் இன்னும் நிலைமை இருக்கிறது. கும்பமேளா என்று குளிக்க தகுதியில்லாத மனிதக் கழிவு நிறைந்த நீரில் 40 கோடி மக்கள் புனித நீராடுகிறார்கள். அதில் ஏற்படும் கூட்ட நெரிசலில் நூற்றுக் கணக்கானோர் பலி ஆகிறார்கள். காட்டுமிராண்டி வழிபாடு முறை இன்னும் மாறவில்லையே...

பிரெஞ்ச், ஆங்கிலேய கும்பெனிகளின் ஆட்சியில் லஞ்சமும் ஊழலும் இல்லாமல் எதுவும் நடைபெறுவதில்லை என்பதை 'வானம் வசப்படும்' நாவல் வெளிச்சம் போட்டுக் காட்டுகிறது.

துபாஷியாக இருக்கும் கனகராய முதலியார் மரணமடைகிறார். வாரிசு இல்லாத சொத்தை முதலியாரின் தம்பி பெறுவதற்கு கவர்னர் லஞ்சம் (அன்பளிப்பு) பெறுகிறார்.

ஆனந்தரங்கம் பிள்ளை துபாஷி பதவி பெறுவதற்கே பணம் கொடுக்க வேண்டியிருக்கிறது.

இன்று மக்களாட்சியிலும் எங்கும் எதிலும் ஊழல் என்பதைத் தான் பார்க்கிறோம். சில நேரங்களில் முதலமைச்சர், அமைச்சர்கள், அதிகாரிகள் தண்டிக்கப்படுகிறார்கள் என்பது விதிவிலக்கு.

அன்று மக்கள் சம்பாதித்த பணத்தைப் பாதுகாக்க வழி இல்லை, வசதி இல்லை; அதனால் புதைத்து வைத்திருக்கிறார்கள். (அதுதான், கிடைப்பவர்களுக்குப் புதையல்).

கவர்னரிடம் கொடுத்து வைக்கலாம்; ஆனால் அதை விடவும் திருடர்களிடமே கொடுத்து விடுவது நல்லது' என்று மக்கள் நினைப்பதாக நாவலில் சொல்லப்பட்டிருக்கிறது.

அந்தக் காலத்தில் விதவிதமாகத் திருடும் திருடர்கள் இருந்திருக்கிறார்கள். மாட்டை திருடுவதில்லை; மாட்டின் தோலை மட்டும் உரித்து திருடும் திருடர்கள் இருந்திருக்கிறார்கள். இந்தக் காலத்திலும் தோலிருக்க சுளை விழுங்கும் திருடர்கள் இருக்கிறார்கள். வங்கியில் போட்ட பணமே காணாமல் போய் விடுகிறது. (பணத்தைத் துடைத்து விடுவதால் 'சைபர் க்ரைம்' என்கிறார்கள்)

அந்தக் காலத்தில் தாசிகளுக்கு செல்வாக்கு இருந்திருக்கிறது. தாசி சொர்ணம், தாசி பானு கிரஹி பற்றியெல்லாம் பிரபஞ்சன் சுவாரசியமாக எழுதியிருக்கிறார்.

இவர்களெல்லாம் கோவில்களுக்குப் பொட்டு கட்டப்பட்ட தேவரடியார்கள். இவர்களின் கன்னிமையைக் கழிக்க ஊர் பெரிய மனுஷர்களிடையே போட்டி நிலவுகிறது.

அந்தக் காலத்தில் 9. 10 வயதுகளில் பெண் குழந்தைகளுக்குக் கல்யாணம் நடந்திருக்கிறது. அந்த ஞாபகத்தில் இப்போது நாம் அந்த வயது குழந்தைகளுக்குப் பாலியல் தொந்தரவு கொடுக்கிறோம்.

துபாஷி ஆனந்தரங்கம் பிள்ளை கவர்னரே பொறாமைப்படும் அளவிற்கு செல்வந்தராக இருக்கிறார் (அவருடைய காலை உணவு பழையது). அவர் ஏழைப் புலவர்களுக்கு நன்கொடை அளிக்கிறார்.

ராம கவிராயரின் வறுமை நாவலில் உருக்கமாகச் சொல்லப்பட்டிருக்கிறது. புலவர் வீட்டு அடுப்படியில் பூனை தூங்குகிறது.

புலவன் ஊர் புறப்படுவது திருவிழா காணவா? சோறு இருக்கும் இடம் தேடித்தானே.

பிள்ளையைப் புகழ்ந்து பாடி புலவர்கள் பலர் பரிசுகள் பெறுகிறார்கள்.

இன்றைக்கும் நிலைமை மாறவில்லையே, புரவலர்களைத் தேடித்தான் புலவர்கள் அலைகிறார்கள்.

கவர்னரிடம் காட்டப்படும் பணிவு போலித்தனமானது என்றாலும் மேலே உள்ளவர்கள் அதைத்தான் விரும்புகிறார்கள் என்பதை நன்றாக அறிந்தவர் ஆனந்த ரங்கம் பிள்ளை; அவர் சிறந்த அறிவாளியாகவும் ராஜ தந்திரியாகவும் நாவலில் காட்டப்படுகிறார்.

பிள்ளைக்கு ஒரு பிள்ளை பிறக்கிறது. அதை அவர் கவர்னருக்கு எப்படி தெரிவிக்கிறார் என்பதைப் பாருங்கள்.

‘ஐயா, நேற்று ஒரு ஆண் பிள்ளை, உங்கள் பேர் வாங்கிக் கொள்ளவும், தங்களுக்கு அடிமை வேலை செய்யவும் பிறந்திருக்கிறான்.’

“கவர்னர் அதை ரசித்து சிரிக்கிறார்.”

இந்தக் காலத்திலும் நிலைமை மாறவில்லையே, முதலமைச்சரின் காலில் விழுந்து வணங்கி காரியம் சம்பாதிக்கும் பண்பாடு தொடரத்தானே செய்கிறது.

'வானம் வசப்படும்' ஒரு வரலாற்று நாவல். எது வரலாற்று நாவல்?

சாதி, மத, இனப் புகழ் பரப்புவதற்காக எழுதப்படுவதல்ல வரலாறு.

ஆள்வோர் விரும்புபவற்றை எழுதுவது அல்ல வரலாறு.

வரலாறு, தொடர்ந்து நடக்கும் விடுதலைப் போராட்ட உணர்வுகளை மேல் எடுத்துச் சொல்வது.

அந்த வகையில் பிரபஞ்சன் எழுதிய 'வானம் வசப்படும்' நாவல் உண்மையான வரலாறு.

'வானம் வசப்படும்' நாவல் பின்னோக்கி அல்ல, நம்மை முன்னோக்கிச் செல்ல உந்துதல் தரும் படைப்பாக இருக்கிறது என்று சொல்ல விரும்புகிறேன்.

பிரபஞ்சனுக்கு என் இதயபூர்வமான அஞ்சலி!

▼

12

மின்சாரப் பூ

எழுத்தாளர் மேலாண்மை பொன்னுச்சாமி எழுதிய மின்சாரப் பூ. சிறுகதைத் தொகுப்பிற்கு 2008-ஆம் ஆண்டிற்கான சாகித்திய அகடமி விருது கிடைத்தது.

விருதுநகர் (மா) மேலாண்மறை நாடு என்ற சிற்றூரில் பிறந்தவர். அவருடைய 10-ஆவது வயதில் தந்தை மறைவு காரணமாக பள்ளிப் படிப்பை நிறுத்த வேண்டியதாயிற்று. 5-ஆம் வகுப்பு வரை மட்டுமே படித்தார். ஆனால் நூல்களை வாசிப்பதில் அவருக்கு அதிக ஆர்வம் இருந்தது. பள்ளியில் படிக்க முடியவில்லையே என்ற ஏக்கம் அவரைப் படிக்கத் தூண்டியது. நூலகம் உருவாக்கிய எழுத்தாளர் அவர்.

மேலாண்மை பொன்னுச்சாமியின் எழுத்துக்கள் இடதுசாரி அரசியலைப் பிரதிபலிக்கின்றன. இலக்கியத்தில் அரசியல் இருக்கக் கூடாது என்று கருத்தை ஒதுக்கித் தள்ளியவர் பொன்னுச்சாமி.

'சோவியத் இலக்கியத்தின் செல்வாக்கு என் மீது இருந்தது. என்னுடைய கருத்துகளை வடிவமைத்துள்ளது' என்று பொன்னுச்சாமி கூறியிருக்கிறார்.

த.மு.எ.க. சங்க உருவாக்கத்தில் முக்கிய பங்கு வகித்தவர். அச்சங்கத்தின் பொதுச் செயலாளராகவும் உயர்ந்தார்.

கிராமப்புற மக்களின் வாழ்க்கையை அம்மக்களின் மொழியில் எழுதியவர். மார்க்சிஸ்ட் கம்யூனிஸ்ட் கட்சியின் இலக்கிய ஏடான செம்மலரில் தொடர்ச்சியாக சிறுகதைகள் எழுதினாலும் ஆனந்த விகடன், கல்கி, குங்குமம் போன்ற வெகுஜன இதழ்களிலும் எழுதினார்.

1972-ஆம் ஆண்டு அவருடைய முதல் சிறுகதை 'பரிசு' செம்மலரில் வெளிவந்தது. அன்னபாக்கியன், அன்ன பாக்கிய செல்வன், ஆமார் நாட்டார் என்ற புனைப் பெயர்களிலும் எழுதினார்.

கல்கி சிறுகதைப் போட்டியில் அவருடைய கதைகள் 2 முறை பரிசு பெற்றன. ஆனந்த விகடன் பவழ விழா ஆண்டின் முத்திரை பரிசுக் கதைகளும் எழுதினார்.

அவருடைய சிறுகதைத் தொகுப்புகளான 'மனப்பூ'வுக்குத் தமிழக அரசு பரிசும், 'உயிர்க் காற்று'க்கு ஸ்டேட் வங்கி விருதும் கிடைத்தன.

சிபிகள் தொகுப்பு, காமராஜர் பல்கலைக் கழகத்தில் பாடநூலாக வைக்கப்பட்டது. 10-க்கும் மேற்பட்டோர் அவருடைய படைப்புகளை ஆய்வு செய்து எம்.பில்., பி.எச்.டி. பட்டங்கள் வாங்கி உள்ளனர்.

மேலாண்மையின் எழுத்து நடை தனித்துவமானது. விநோதமான சொற்சேர்க்கைகள், அடுக்குத்தொடர்கள், விவரிக்கும் பேச்சு மொழியில் அந்த நடை அமைந்திருக்கும்

மேலாண்மைக்குப் 'பூ' என்ற சொல்லின் மீது ஆசை அதிகம் போலும், அவருடைய சிறுகதைத் தொகுப்புகளின் தலைப்புகளில் பூக்களைப் பாருங்கள், பூக்காத மாலை, பூச்சுமை, மனப்பூ, அன்பூவலம், வெண்பூ மனம், மானாவாரிப்பூ, மின்சாரப்பூ.

அதே மாதிரி 'மனம்' என்ற சொல்லின் மீதும் இவருக்குக் காதல் அதிகம். மனத்தீ, மனசின் ஈரம், மனத்தினவு, மன நெகிழ்ச்சி, மனசின் ரணம், மனக்கண், மன அழுத்தம், மனசின் அதிர்வு, மழலை மனசு, விளையாட்டு மனசு, மைனா மனசு, அணில் மனசு, தம்பலப் பூச்சி மனசு, மன ஆணிவேர் என்று பட்டியல் போட்டால் மின்சாரப்பூ தொகுப்பில் மட்டும் நூற்றுக்கும் மேல் மனம் சேரும் சொற்கள் உள்ளன

அவருடைய புத்தகத்திலிருந்து கிழிக்கப்பட்ட ஒரு தாளை வாசித்தாலும் இது மேலாண்மை எழுதியது என்று சுலபமாகக் கண்டுபிடித்து விடலாம்.

இத்தொகுப்பிலுள்ள முதல் சிறுகதை 'பூ நெஞ்சத் தீ'. 2003-ஆம் ஆண்டில் விகடன் பவழ விழா முத்திரைச் சிறுகதையாக வந்தது.

விஜயம் இளம் வயதிலேயே விதவையானவள். அவளுடைய ஒரே மகள் சரசு, அரசு தொடக்கப் பள்ளியில் படிக்கும் சிறுமி. அவளுக்கு வலிப்பு நோய் வந்து விடுகிறது.

சரசுவைப் பரிசோதித்த டாக்டர் ஐயாயிரம் செலவு ஆகும் என்கிறார். அப்போதைக்கு ஊசி போடுகிறார். மருந்து தருகிறார்.

விஜயம் அலைமோதுகிறாள். அவ்வளவு ரூபாய்க்கு எங்கே போவாள்? உறவுக்காரர் ஒருவர் அவள் ஒழுக்கத்துக்கு விலை பேசுகிறார். விஜயம், 'அவரை போ... நாயே... வெளியே' என்கிறாள்.

குலதெய்வத்திற்கு நேத்திக் கடன் போட்டு கோவில்பட்டி ஹோமியோபதி டாக்டரிடம் மருந்து சாப்பிடும் சரசு குணமாகிறாள்.

சரசு பெற்ற ஆம்பிளைப் பிள்ளையை நரைத்த தலையோடு கொஞ்சிக் கொண்டிருந்த விஜயம்மாவை ஊரே கையெடுத்துக் கும்பிட்டது- 'வைராக்கிய மனுஷி' என்று.

'நீரில்லா மீன்' கதையின் உள்ளடக்கத்தை சில்லறைக் கடைக்காரனாக வாழ்கிற தன்னால்தான் எழுத முடியும் என்று முன்னுரையில் மேலாண்மை பெருமிதமாகக் குறிப்பிட்டுள்ளார்.

'மின்சாரப் பூ' தொகுப்பிலுள்ள பல சிறுகதைகளின் உள்ளடக்கங்களை அவரால்தான் எழுத முடியும். கிராமத்தில் ஒரு சம்சாரியாக வாழ்ந்து கிராம மக்களின் மனசை அறிந்தவர் அவர்

குளமோ, வலையோ, தூண்டிலோ இல்லாமல் எப்படி மீனை பிடிப்பது?

இன்றைய வியாபார உலகில் தரகுக் காரர்கள் இதைத்தான் செய்கிறார்கள்.

ரெண்டு மாசத்தவணைப் பாக்கி என்கிற புற உலகின் அழுத்தத்தினால் சங்கையா தரகு செய்து சம்பாதிக்கிறான். வெறுங்கை முழம் போடுகிறது.

இதை அவன் மன சாட்சி உறுத்தலோடு தான் செய்கிறான் என்று கதை பேசுகிறது.

'நாளைய மேற்கு' வாழ்க்கையோடு கட்டிப் புரளுகிற கருப்பு மனிதர்களைப் பற்றிய கதை இது.

சிறு விவசாயிகள் வெள்ளாமை செய்து நட்டமடைந்து கூலிக்காரர்கள் ஆகிறார்கள். அக்கூட்டத்தில் ஒருவன் கரையாண்டி. ஊரின் மேற்கில் இருந்த கொஞ்ச நிலத்தையும் இழந்து கூலிக்காரனாகிறான். யார் வேலைக்குக் கூப்பிட்டாலும் தன் நிலம் இருந்த மேற்கு திசைக்குப் போய் வேலை செய்ய மாட்டான். வறுமை அவன் உறுதியைக் குறைக்கிறது.

உழைப்பு நாம் இழந்ததைப் பெற வைக்கும் என்று கூட்டாளி சொல்லும் வார்த்தைகள் அவனை மேற்கு திசையிலுள்ள நிலத்திலும் வேலை செய்ய வைக்கிறது. அவர்களுக்கு நம்பிக்கை ஏற்படுத்த இராமன் சீதையை மீட்ட கதையை மேலாண்மை உதாரணமாகக் காட்டுவது ஒட்டாமல் தெரிகிறது.

மேலாண்மை பொன்னுச்சாமி புகைபிடிப்பதை விட்டதைச் சொல்லும் கதை அன்பெழுத்து.

இலக்கியக் கூட்டத்தின் நடுவிலும் எழுந்து சென்று புகை பிடிக்கும் தோழர் பொன்னுச்சாமி என் நினைவுக்கு வருகிறார்.

அவருக்கு 13 வயதில் ஏற்பட்ட பழக்கம், காரணம், நெறிபடுத்த அப்பா அம்மா இல்லை என்கிறார்.

நீண்ட கால புகை பிடிக்கும் பழக்கம் உடல் நலனைக் கெடுக்கிறது. டாக்டரிடம் போகிறார். புகைப்பதை நிறுத்தச் சொல்லுகிறார் டாக்டர். பொன்னுச்சாமி சம்மதம் தெரிவிக்கிறார். என்றாலும் அவரால் முடியவில்லை. காரணம், புகைத்தால்தான் கதை எழுத முடியும் என்று அவர் நம்பியது. இறுதியில் அவருடைய மனைவியின் திடுக்கிடும் முடிவால் புகைப்பதை நிறுத்துகிறார்.

ஒருமுறை டாக்டரைச் சந்தித்தபோது இது பற்றி பேச்சு வருகிறது. ‘அன்புதான் காரணம். ஒங்க ஒஃய்ப் மேலே உள்ள உங்க அன்பு ஸ்மோக்கிங்கை நிறுத்திச்சு. மனுச சமுதாயத்து மேலே உள்ள உங்க அன்பு உங்களை எழுத வைக்குது!’ என்கிறார் டாக்டர்.

மேலாண்மை பொன்னுச்சாமி தான் புகைக்கிற பழக்கத்தை விட்ட அனுபவத்தைக் கூட உருக்கமான கதையாக்குயிருக்கிறார்.

‘சூரியத்தேர்’ உழைப்பாளிகளை மேன்மைப் படுத்தும் கதை. கீழ்த் தெரு மக்கள் தாழ்த்தப்பட்டவர்கள் மூத்தவர்கள் பணிந்துப் போகிறார்கள். ஆனால் இளைஞர்கள் திமிறுகிறார்கள்.

பாலையன் கொளுஞ்சிக் கட்டுகளை ஜமீன்தாருக்கு இனாமாகக் கொடுக்க நினைக்கிறான். வெட்டு கூலி மட்டும் கேட்கிறான், திமிராகப் பேசிய இளைஞர்களை நினைத்துக் கொண்டு ஜமீன்தார் கொளுஞ்சிக் கட்டுகளை வாங்கிக் கொள்ளவில்லை.

பாலையன் வருத்தப்படுகிறான். அவனுடைய கூட்டாளி பண்ணையாரு இல்லாம நம்ம ஒழைப்பு வாழ்ந்திரும். நம்ம ஒழைப்பு இல்லாம பண்ணையாரு வாழ்ந்திட முடியாது' என்று ஆறுதல் கூறுகிறான்.

காலப்பார்வை சிறுகதை ஒரு வரலாற்று நிகழ்வை. பதிவு செய்திருக்கும் கதை. ஜெயலலிதாவின் ஆட்சியின் போது சிறு தெய்வ வழிபாட்டு கோவில்களில் ஆடு வெட்டி பூசை நடத்த தடை வந்தது.

மாரியம்மா தன் மகள் நோய் தீர முத்து வீரன் சாமிக்குக் கிடாய் வெட்டுவதாக வேண்டிக் கொள்கிறாள்.

உயிர்ப் பலி தடைச் சட்டம் காரணமாக வேண்டுதல் நிறைவேறவில்லை. மாரியம்மாவின் அழுகை கறுப்பு மக்களின் வழிபாட்டுப் பண்பாடே கையறு நிலையில் புலம்புவதைப் போலிருந்தது என்று கதை முடிகிறது.

'இளஞ்சிறகுகள்' இத்தொகுப்பில் வித்தியாசமான உள்ளடக்கம் கொண்ட கதை. சாதி கடந்த காதலை வண்டிக்காரத் தேவர் ஆதரிக்கிறார். ஓர் இளம் காதல் ஜோடியை வன்முறைக் கும்பலிடமிருந்து காப்பாற்றுகிறார்.

'மனச் சலவை'யும் ஒரு வித்தியாசமான கதை. பஸ்சில் உட்கார இடமில்லாத கூட்டம். நிற்க முடியாத நோயாளி ஒருவர் கைப்பிள்ளைக்காரி உட்காருவதற்கு இடமளிக்கிறார். வேறு வழியில்லாமல் மனக்கடுப்போடு செய்கிறார். இறங்கிப் போகும் போது அந்தப் பெண்ணின் கண்களில் நன்றியைப் பார்க்கிறார். மனதிலிருந்த கடுகடுப்பு மறைகிறது. நன்றிப் பார்வை மனதை சலவை செய்து விடுகிறது.

குடிகாரனின் உலகம் 'சிதையுலகம்' என்று சித்தரிக்கும் கதை இது. உழவு வேலைக்குக் கையில் பணம் இல்லாமல் தவிக்கிறான் கருப்பையா. மனைவியின் அக்காவிடம் (மயினி) போய் பணம் வாங்கி வரும் போது சாலையோரத்தில் ஒருவன் குடிபோதையில் படுத்துக் கிடக்கிறான். கருப்பையா அவனை ஒரு இளைஞன் உதவியுடன் வீட்டில் சேர்க்கிறான்.

அடுத்த நாள் அந்தக் குடிகாரன் 'பணத்தைக் காணவில்லை. எடுத்தீர்களா?' என்று கேட்டுக் கொண்டு கருப்பையாவிடம் சண்டைக்கு வருகிறான். நல்லதுக்கு காலமில்லை என்று கருப்பையா வேதனைப்படுகிறான்.

மின்சாரப் பூ சற்றே பெரிய சிறுகதை என்கிறார் மேலாண்மை பொன்னுச்சாமி.

இரண்டு பள்ளித் தோழர்கள். செந்தட்டி தாழ்ந்த சாதி; வீரபாண்டி ஊரில் வலுவாக உள்ள சாதி. இருவருக்கும் சாதி கடந்த நட்பு.

செந்தட்டி கீழ்ச் சாதி என்பதால் ஆசிரியரிடம் அடி வாங்குகிறான். வீரபாண்டியை ஆசிரியர் கூட அடிக்க முடியாது. ஆசிரியர் அடி வாங்குவார். செந்தட்டி வீரபாண்டியை ஆதரவாக நினைக்கிறான். வீரபாண்டியின் முரட்டுத்தனம் செந்தட்டிக்குப் பாதுகாப்பு தருகிறது.

செந்தட்டியின் தந்தை 'பம்ப்செட்' மின்சாரம் தாக்கி இறக்கிறார். அவர் ஆடு மேய்க்கிறவர். செந்தட்டியின் படிப்பு நிறுத்தப்பட்டு ஆடு மேய்க்கப் போகிறான். வீரபாண்டிக்கு செந்தட்டி இல்லாமல் பள்ளி வெறிச்சோடி விடுகிறது.

ஆசிரியரோடு ஏற்பட்ட தகராறில் வீரபாண்டி படிப்பை நிறுத்துகிறான். அவனும் ஆடு மேய்க்க வந்து விடுகிறான்.

செந்தட்டியும் வீரபாண்டியும் சேர்ந்து ஆடு மேய்க்கிறார்கள். இருவரும் இளைஞர்களாக வளர்கிறார்கள். வீரபாண்டியின் முரட்டுத்தனமும் வளர்கிறது.

ஆடுகள் மேய்ப்பதில் உள்ள முக்கிய பிரச்சனை அடுத்தவர் நஞ்சை புஞ்சைகளில் ஆடுகள் மேய்ந்து விடுவதாகும்.

செந்தட்டி, வீரபாண்டி ஆடுகள் ராஜகோபால் வெள்ளாமைக்குள் மேய்ந்து விடுகின்றன.

ராஜகோபால் வீசிய கட்டை தாக்கி வீரபாண்டி ஆடுகளின் கால்கள் உடைகின்றன.

இதனால் வீரபாண்டிக்கும் ராஜகோபாலுக்கும் தகராறு ஏற்படுகிறது. வீரபாண்டியின் சாதி பலத்தில் ராஜகோபால் வளைந்து போகிறார்.

இதே ராஜகோபாலிடம் முன்பு செந்தட்டி கீழ்ச் சாதி நாயே' என்று வசவும் அடியும் உதையும் வாங்கியிருக்கிறான்.

இரண்டையும் செந்தட்டி ஒப்பிட்டுப் பார்க்கிறான். எல்லா மனுஷரும் ஒன்றல்ல. சமுதாயம் சாதி, பொருளாதார ஏற்றத் தாழ்வுகளில் சிக்கிக் கிடப்பதை உணருகிறான்.

நண்பன் என்றாலும். வீரபாண்டியை 'சாமி' என்று அழைக்கும் நிலைக்கு செந்தட்டி உள்ளாகிறான்.

அது அவனுக்கு வீரபாண்டி மீது வெறுப்பை ஏற்படுத்துகிறது. கீழ்ச் சாதியைச் சேர்ந்த இளம் பெண் மாடத்தியை வீரபாண்டி விரட்டித் திரிவதும் அவனுக்குப் பிடிக்கவில்லை.

மாடத்தி கர்ப்பமாகிறாள். யார் கெடுத்தார்கள் என்று பஞ்சாயத்து நடக்கிறது. மாடத்தி தன்னை மோசம் செய்தவனைக் காட்டிக் கொடுக்கவில்லை; தற்கொலையும் செய்து கொள்கிறாள்.

மாடத்தியின் சாவு செந்தட்டியைப் பாதிக்கிறது. வீரபாண்டிதான் காரணம் என்று தவறாக நினைக்கிறான்.

வீரபாண்டியைக் கொல்ல ராஜகோபால் சூழ்ச்சி செய்கிறான். அது ஓரளவு தெரிந்தும் செந்தட்டி நண்பனைக் காப்பாற்ற முற்படவில்லை.

'பம்ப்செட்' மின்சாரத்தால் வீரபாண்டி கொல்லப்படுகிறான். மாடத்தியைக் கெடுத்துக் கைவிட்டதும் ராஜகோபால் மகன் என்பது செந்தட்டிக்குத் தெரிய வருகிறது.

நண்பனுக்குப் பகையாக இருந்து விட்டோம் என்ற எண்ணம் செந்தட்டியின் மனதை மின்னலாகத் தாக்குகிறது. மன அதிர்ச்சியில் செந்தட்டி பைத்தியமாகிறான். இரவில் 'பம்ப்செட்' 'ப்யூஸ்'களைப் பிடுங்கி கிணற்றில் எரிந்து கொண்டு திரிகிறான் என்று கதை முடிகிறது.

'மின்சாரப் பூ' நூலுக்கு சாகித்ய அகடமி விருது கிடைத்த போது, 'என் கிராமத்து சிறு விவசாயிகளுக்கு தேசிய அளவிலான அங்கீகாரமாக விருதைக் கருதுகிறேன்' என்று மேலாண்மை பொன்னுச்சாமி கூறினார்.

மேலாண்மை பொன்னுச்சாமி எழுத்தின் சிறப்பு என்பது அவரது கிராமத்து மக்களின் வாழ்க்கை அனுபவங்களைப் பேசுகிறது ஆகும்.

[30.10.1951 ல் பிறந்த மேலாண்மை பொன்னுச்சாமி 30.10.2017ல் மறைந்தார். பிறப்பும் இறப்பும் அக்டோபர் மாதத்தில் நடந்துள்ளது குறிப்பிடத்தக்கது.]

▼

13

சூடிய பூ சூடற்க

சூடிய பூ சூடற்க நூல் 15 சிறுகதைகளைக் கொண்டது. எழுதியவர் நாஞ்சில்நாடன். 2006-2007-ஆம் ஆண்டுகளில் உயிர்மை, உயிர் எழுத்து, ஆனந்த விகடன், ஓம் சக்தி, தினமணி கதிர் ஆகிய இதழ்களில் இக்கதைகள் வந்தன.

இக்கதைகள் 2007-ல் தமிழினி நூலாக வெளியிட்டது. 2010-ஆம் ஆண்டில் சாகித்ய அகடமி விருது கிடைத்தது.

நாஞ்சில் நாடன் கன்னியாகுமரி மாவட்டம், வீர நாராயண மங்கலம் கிராமத்தில் பிறந்தவர். வேலை காரணமாக மும்பையில் பல ஆண்டுகள் இருந்தார். தற்போது வாழ்வது கோயம்புத்தூரில்.

இவரது எழுத்துகளில் சமூக விமர்சனமும் நகைச்சுவையும் இழையோடுகின்றன. மரபு இலக்கியத்தில் தேர்ச்சி உடையவர். கம்ப ராமாயணத்தில் ஆழமான ஈடுபாடு கொண்டவர்.

'தெய்வங்கள், ஓநாய்கள், ஆடுகள்' என்ற நூல் அவருடைய புகழ்பெற்ற சிறுகதைத் தொகுப்பாகும்.

நாஞ்சில் நாடன் எழுதிய 'தலைகீழ் விகிதங்கள்' என்றமுதல் நாவலை 'சொல்ல மறந்த கதை' என்ற பெயரில் தங்கர்பச்சான் திரைப்படமாக்கினார்.

மேலும் 6 நாவல்கள், 10 சிறுகதை நூல்கள், 4 கவிதைத் தொகுப்புகள், 10 கட்டுரைத் தொகுப்புகள் அவரது படைப்புக் கணக்கில் அடங்கும்.

நாஞ்சில் நாடன் சண்டைக்காரர்தான்; சமூக இழிவுகளுக்கு எதிராக மரத்துப் போன மனநிலை கொண்டவர்களுக்கு எதிராகக் கடும்

சண்டை போட்டு கொண்டு இருக்கிற 78 வயது இளைஞன் என்று அவரைப் பற்றி ஒரு பேச்சு உண்டு.

'சூடிய பூ சூடற்க' தொகுப்பிலுள்ள கதைகள் சிறுகதையா? கட்டுரையா? அல்லது இரண்டும் கலந்ததா? என்று நினைக்கும் அளவில் நாஞ்சில் நாடனின் எழுத்து நடை உள்ளது.

சிறுகதைக்குரிய கட்டுப்பாட்டை மீறிய நடை, சமூகத்தைச் சாடி எழுதுவதற்கு, எள்ளல் செய்வதற்கு உதவியிருக்கிறது.

சிறுகதைகளின் பல தலைப்புகள் பழந்தமிழ் இலக்கியத்தோடு தொடர்புடையவை. எழுத்துகளிலும் இலக்கிய வரிகள் நிறைய இடம் பெறுகின்றன.

சமூக அவலங்களை கோபமாக இல்லாமல் எள்ளலாக வெளிப்படுத்தும் தன்மை அவருடைய நடையில் உள்ளது. நடை மட்டுமல்ல கதைக்களன்களும் வித்தியாசமானவை; பிரத்யேகமானவை;

நாஞ்சில்நாடன் வேலை நிமித்தமாக வடநாட்டில் இருந்ததால் அம்மக்களின் வாழ்க்கையையும் மொழியையும் பேசும் கதைகள் தமிழ்ச் சிறுகதை உலகிற்கு வளம் சேர்க்கின்றன.

நாஞ்சில் நாட்டு வட்டார வழக்கு அவருடைய எழுத்தின் இன்னொரு தனித்துவம். கும்பமுனி என்கிற மூத்த தமிழ் எழுத்தாளர் பாத்திரம் தமிழ் இலக்கிய உலகைச் சாடுவதற்கு, கிண்டல் செய்வதற்கு உதவுகிறது. கும்பமுனி உரையாடல்களில் அங்கத கலை நிறைந்துள்ளது.

'சூடிய பூ சூடற்க' தொகுப்பில் 15 சிறுகதைகள் உள்ளன.

1. கொங்கு தேர் வாழ்க்கை 2. வளைகள் எலிகளுக்கானவை 3. யாம் உண்போம் 4. கதை எழுதுவதன் கதை 5. கடவுளின் கால் 6. பருவப் பத்து 7. பரிசில் வாழ்க்கை 8. கும்பமுனி முறித்த குடைக்காம்பு 9. தன்ராம் சிங் 10. சூடிய பூ சூடற்க 11. செம்பொருள் அங்கதம் 12. தேர்தல் ஆணையத்திற்கு திறந்த வெளிக் கடிதம் 13. சங்கிலிப் பூதத்தான் 14, பழி கரப்பு அங்கதம் 15. மணமானவருக்கு மட்டும்.

இக்கட்டுரையில் என்னைக் கவர்ந்த சில கதைகளை மட்டும் கூற விரும்புகிறேன். 'சூடிய பூ சூடற்க'. சுதந்திர தின விழாவிற்கு விடுமுறை விடப்படுகிறது. விடுமுறை என்றாலும் கல்வி

நிலையங்களிலும் அரசு அலுவலகங்களிலும் சுதந்திர தின விழா கொடியேத்தி கொண்டாடப் படுகிறது.

சுதந்திர தினத்தன்று டாஸ்மாக்கிற்கு விடுமுறை குடிமகன்களுக்கு மட்டும் கவலை தரக்கூடிய விஷயமாக இருக்கிறது.

பூமிநாதன் ஓர் அரசு அலுவலகத்தில் கடைநிலை ஊழியன். விழாவிற்கு முந்தின நாள் பெட்டிக்குள் மறைந்து இருக்கும் காந்தி படத்தை எடுத்து துடைத்து வைக்க வேண்டியது அவனுடைய வேலை. தேசியக் கொடியை எடுத்து உதறும் போது பல்லி, பாச்சா ஓடும். விழாவிற்கு இனிப்பு, பூ மாலைகள், உதிரிப்பூக்கள் வாங்குவதும் பூமிநாதன் வேலைதான். அதில் அவன் கமிஷன் எடுத்துக் கொள்வான்.

இந்தக் கதை திருச்சியில் நடக்கிறது. தியாகி என். ஜி. ரங்கசாமி தொழிற்சங்க உரிமைக்காகப் போராடியவர். அவர் 30 வயதில் கொலை செய்யப்படுகிறார். மருத்துவமனையில் உயிருக்காகப் போராடும் போதும் கத்தியால் குத்தியவனைக் காட்டிக் கொடுக்காதவர்.

அவருடைய சிலை திருச்சி சாலையில் இருக்கிறது. சிலையின் கீழ் நின்று ஒரு பெரியவர் பஜனைப் பாட்டு பாடி மரியாதை செய்கிறார். பூமிநாதன் விழாவிற்கு மாலை வாங்கி வரும் போது இக்காட்சியைப் பார்க்கிறான். பெரியவர் மீது அவனுக்கு மரியாதை தோன்றுகிறது. கடைக்குச் சென்று இன்னொரு மாலை வாங்கி வருகிறான். அந்த மாலையை பூமிநாதன் பெரியவருக்கா அல்லது சிலைக்கா போடப்போகிறான் என்பதை மறையப் போகும் சூரியன் ஆவலாகப் பார்க்கிறது என்று கதை முடிகிறது.

கொங்கு தேர் வாழ்க்கை:

'லைன்' வீட்டில் வசிக்கும் அனுபவத்தைப் பற்றிய கதை. ஒரு 'லைன்' வீட்டில்தான் நாஞ்சில் நாடனும் குடியிருந்தார் போலும். அந்த அனுபவத்தை எழுதியிருக்கிறார்.

இக்கதையில் நிறைய நையாண்டிகள் இடம் பெற்றிருக்கின்றன.

எழுத்தாளர்களைப் பற்றிச் சொல்லும் போது அக்கம் பக்கத்தில் யாரோடும் உரையாடும் வழக்கம் இல்லாதவன் என்கிறார்.

சுவிசேஷ எழுப்புதல் கூட்டம் நடத்துபவர்களைப் பற்றி ஆங்கிலத்திலும் மொழிபெயர்த்த தமிழிலும் இறைவனை கர்ஜித்து எழுப்பிக் கொண்டிருப்பவர்கள் என்கிறார்.

எல்லா ஜாதி, மதத்தினர், மொழியினர் வாழும் இடம் என்பதால் நம் வாழ்வில் காணா சமத்துவம் உலாவும் இடங்கள் லைன் வீடுகள் என்கிறார்.

ஆனால் 'லைன்' வீட்டில் வசிக்கும் போது நாம் இழந்து போகும் சுதந்திரம் பற்றி இச்சிறுகதைப் பேசுகிறது

எதிர்த்த 'லைனில் ஒரு புதிய தம்பதியினர் வசிக்கின்றனர். மனைவி தவறி விட பெரியவர் தனிமையில் வாடுகிறார். தன் வேதனையை மறக்க நாதஸ்வரம் வாசிக்கிறார். இரவு நேரம் வசிக்கும் பிறருக்குத் தொல்லையாகப் பார்க்கப்படுகிறது. அடுத்த நாள் மகள் நாதஸ்வரத்தைக் காணாமல் ஆக்கி விடுகிறாள்.

தன்ராம் சிங்:

தன்ராம் சிங் 'சிங்' எனும் துணைப் பெயர் கொண்டிருப்பதால் பஞ்சாபி அல்ல. தன்ராம் சிங் ஒரு கூர்க்கா. கூர்க்கா என்றால் நேப்பாளி என்று நினைக்கிறோம். ஆனால் அவன் திபெத்காரன் என்று ஒரு விளக்கத்துடன் கதை ஆரம்பிக்கிறது.

வாட்ச்மேன் வேலை வேறு. கூர்க்கா வேலை வேறு. கூர்க்கா 24 மணி நேரம் வேலை செய்கிறான். தன்ராம் சிங் இரண்டு ஆண்டுகளுக்கு ஒரு முறை சொந்த ஊருக்குப் போவான். ஒரு மாத விடுப்பில் 15 நாட்கள் போய் வர போய் விடும். தாம்பத்ய வாழ்க்கை என்பது 15 நாட்கள்தான்.

கதாசிரியருக்கு பம்பாயில் வைத்து தன்ராம் சிங் பழக்கம் ஒரே கம்பெனியில் வேலை.

தன்ராம் சிங்கின் பிரதான உணவு ரொட்டி. ஒரு முறை ஊருக்கு சென்று திரும்பிய தன்ராம் சிங் 12 வயது பையனை அழைத்து வருகிறான். அவனை மருமகன் என்கிறான். கதாசிரியர் மட்டுமல்ல; நாமும் திடுக்கிடுகிறோம்.

ஒருமுறை கதாசிரியர் சொந்த ஊருக்கு போய் திரும்பிய போது கம்பெனியில் தன்ராம் சிங் இல்லை, அதற்குப் பிறகு தன்ராம் சிங்யை எங்கு தேடியும் பார்க்க முடியவில்லை.

கூர்க்காக்களின் வேதனைமிக்க வாழ்க்கையைப் சொல்லும் இச்சிறுகதை உங்கள் வீட்டுக்கு வரும் கூர்க்காக்களுக்கு ஐந்து ரூபாய் கொடுங்கள் என்ற வேண்டுகோளோடு முடிகிறது.

யாம் உண்போம்:

இந்தியத் திருநாட்டின் மத்திய பகுதி மாநிலத்திலுள்ள கிராமங்களில் பஞ்சம், பஞ்சம் பற்றி நெஞ்சம் கொதிக்கும் விஷயங்களை இச்சிறுகதை கூறுகிறது.

பிறர் பட்டினி தீர்க்க விளைவித்த விவசாயிகள் பட்டினி கிடக்கின்றனர். ஒரு வயதான தந்தையின் மகன் குடும்பத்துடன் தற்கொலை செய்து கொள்கிறான். தந்தை மனமுடைந்துப் போகிறார்; வெளியூர் புறப்பட்டு விடுகிறார். ரயில் பயணத்தில் பசி தாளாமல் உணவு உண்ணும் சக பயணிடம் 'அமிகானார்... அமிகானார்' (யாம் உண்போம் என்ற அர்த்தத்தில்) என்று கேட்டு கையிலிருந்து ரொட்டியைப் பறித்து சாப்பிடுகிறார். சக பயணி அடுத்த ஸ்டேஷனில் அவருக்கு முழு உணவு வாங்கி கொடுக்க நினைப்பதாக கதை முடிகிறது.

மூத்த எழுத்தாளர் கும்பமுனியைப் பாத்திரமாகக் கொண்ட நான்கு அங்கதக் கதைகள் இத்தொகுப்பில் உள்ளன.

கதை எழுதுவதன் கதை :

தீபாவளி மலருக்கு கும்பமுனியிடம் கதை கேட்டு கடிதம் வருகிறது. 'ஆயிரம் வார்த்தை எண்ணிக் கணக்குப் பார்த்து கதை எழுத முடியுமா? செங்கல்லா... எண்ணி வரி வரியா அடுக்கிறதுக்கு' என்று தொடங்கும். கிண்டல், கதை முழுவதும் தொடர்கிறது. நாஞ்சில் நாடன் தன்னைப் பற்றியும் கிண்டல் செய்து கொள்கிறார்.

கும்பமுனி முறித்த குடைக் கம்பு :

அரச வம்சத்தில் பிறந்தவர் என்ற முறையில் பாகம் பிரித்ததில் கும்பமுனிக்கு 297 கோடி ரூபாய் கிடைக்கும் என்று உறவினர் வந்து சொல்கிறார். அதை கிண்டல் செய்யும் கதை.

தேர்தல் ஆணையத்திற்குத் திறந்த வெளிக் கடிதம் :

இந்திய நாட்டில் நடக்கும் தேர்தல் திருவிழா கூத்துக்களைக் கிண்டல் செய்யும் கதை. இடைத்தேர்தலில் போட்டியின்றி ஆளுங்கட்சிக்குக் கொடுத்து விடலாம் என்று ஓர் ஆலோசனையும் கூறுகிறது கதை.

மணமானவருக்கு மட்டும் :

மணமானவர்கள் தங்கள் வாழ்க்கையை சீராக்கிக் கொள்வதற்கு 'மெகா எக்சேஞ்ச் ஆஃபர்' என்று ஒரு யோசனையை இக்கதை கூறுகிறது. மாப்பிள்ளையும் பொண்டாட்டியும் பழசைக் குடுத்துக்கிட்டு புதுசு வாங்கிக்கிடலாம் என்பது தான் அது.

முதலிலே கோணலாக அமைந்த மண வாழ்க்கை, முதலில் பொருந்தி பிறகு பொருந்தாமல் போன வாழ்க்கை... இவ்வாறு தங்கள் வாழ்க்கைத் துணையை வெறுத்துப் புலம்பித் திரியும் தம்பதியர் பிரச்சனைக்கு ஒரு வேடிக்கையான தீர்ப்பை இக்கதை பேசுகிறது.

இக்கதை குறும்பாகப் பேசும் விஷயங்கள் கடந்து போவதற்கானதல்ல... சிந்திக்கவும் தான்.

தமிழ் இலக்கிய உலகம் மற்றும் சமூகம் பற்றிய கடும் விமர்சனங்களைத் தான் கும்பமுனி பாத்திரம் மூலம் நாஞ்சில் நாடன் வைக்கிறார். நையாண்டியாகச் சொன்னால் கோபம் வராது அல்லவா! 'சூடிய பூ சூடற்க' வாழ்க்கையைப் பற்றி சிந்திக்க வைக்கும் கதைகளைக் கொண்டுள்ளது.

▼

14

தோல்

தோலால் செய்யப்பட்ட காலணி, பர்ஸ், லேடீஸ் பேக், அலங்காரப் பொருள்கள் நமக்குப் பிடித்தமானவை. காரணம் அவை மிருதுவானவை, அழகானவை.

ஆனால் தோலைப் பதப்படுத்தித் தரும் தொழிலாளர்களின் வாழ்க்கை மிருதுவானவை அல்ல, அழகானவை அல்ல; கரடு முரடானவை.

சுண்ணாம்பு நீருக்குள் நின்று தோலை அலசுவதால் ரணமாகிப் போன உடல், அடிமைகளாக வேலை செய்யும் கொடுமை, இழிந்த சாதி என்று ஒடுக்கப்படுவது என்பதுதான் அவர்களின் வாழ் நிலைமை.

தொழிற்சங்கம் உருவாக்கி அடிமை வாழ்வை உதறித் தள்ளி, தோல் 'ஷாப்பு' தொழிலாளர்கள் எழுச்சி பெறுவதைச் சொல்லும் கதை தான் 'தோல்' நாவல்.

'தோல்' நாவலை எழுதிய டி செல்வராஜ் பொதுவுடைமை இலக்கியக் காரர்.

நாவலுக்கு 2012-ஆம் ஆண்டிற்கான சாகித்ய அகடமி விருது கிடைத்தது.

டி.செல்வராஜ் தமிழ்நாடு முற்போக்கு எழுத்தாளர் சங்கத்தை உருவாக்கியவர்களில் ஒருவர். நானும் முற்போக்கு எழுத்தாளர் சங்கத்தில் இருந்ததால் அவரை நன்கறிவேன்

திருநெல்வேலி மாவட்டத்தைச் சேர்ந்த தென்கலம் அவருடைய சொந்த ஊர் பெற்றோர் கேரளா மூணாறிலுள்ள தேயிலை 'எஸ்டேட்டில்' வேலை செய்தவர்கள்.

டி. செல்வராஜ் வழக்கறிஞர். மதுரை உயர்நீதி மன்றக் கிளையில் பணியாற்றினார். பின்னர் திண்டுக்கல்லுக்குக் குடியேறினார்.

டி.செல்வராஜ் ஜனசக்தி, சாந்தி, கண்ணதாசன், தாமரை, செம்மலரில் சிறுகதைகள் எழுதினார்.

மலரும் சருகும், தேநீர், தோல் உள்பட ஆறு நாவல்களும் மூன்று நாடகங்களும் எழுதியுள்ளார்.

உழைக்கும் மக்களின் போராட்டங்களை மையமாக வைத்து எழுதியவர் டி செல்வராஜ்.

நான் புத்தகங்களை வாசிக்க ஆரம்பித்திருந்த நாட்களில் அவருடைய நாவல்களான 'மலரும் சருகும்', 'தேநீர்' ஆகியவற்றைப் படித்து பிரமிப்படைந்தேன்.

'மலரும் சருகும்' விவசாய கூலிகளாக இருக்கும் தலித் மக்களைப் பற்றிய நாவலாகும். அவர்கள் நடத்திய 'முத்திரை மரக்கால்' போராட்டம் நாவலின் மையமாகும்.

'தேநீர்' தேயிலைத் தோட்டத் தொழிலாளர்களின் அவல வாழ்க்கையைப் பற்றிய நாவலாகும்.

'தேநீர்' 'ஊமை சனங்கள்' என்ற பெயரில் திரைப்படமாக வந்தது. 'சிகரம் செந்தில்நாதன், டி. செல்வராஜ், தணிகைச் செல்வன், மேலாண்மை பொன்னுச்சாமி ஆகிய எழுத்தாளர்கள் ஆசையோடு படமாக்க முயன்றனர், படம் அரைகுறையாக நின்றது. இயக்குனர் கே பாக்யராஜ் நிறைவு பெறாத படத்தை வாங்கி கதையில் மாற்றங்கள் செய்து வெளியிட்டார். நாவலாக வெற்றி பெற்ற தேநீர், திரைப்படமாக தோல்வி கண்டது.

டி. செல்வராஜ் எழுதிய 'தோல்' நாவல் திண்டுக்கல் வட்டாரத்தைச் சேர்ந்த தோல் பதனிடும் 'ஷாப்பு' களில் வேலை செய்யும் தொழிலாளர்களின் வாழ்க்கையை அடிப்படையாகக் கொண்டது. நாவலின் கதை 1938-1952 காலகட்டத்தில் நடைபெறுகிறது.

'தோல் நாவல்' சோஷலிஸ்ட் எதார்த்த வாத இலக்கியம் என்று குறிப்பிடுகிறார்கள். காரணம், போராட்டங்களின் மூலம் சமூகத்தை மாற்ற முடியும் என்ற நம்பிக்கையை விதைக்கிறது.

‘தோல்’ நாவலின் கதைச் சுருக்கத்தைப் பார்ப்போம். திண்டுக்கல் அஸன்ராவுத்தர் தோல் ஷாப்பில் அப்பகுதியிலுள்ள ஒடுக்கப்பட்ட சாதியினரான பறையர், அருந்ததியின மக்கள் வேலை செய்கிறார்கள்.

இத் தொழிலின் முதலாளிகளாக பெரும்பாலும் இஸ்லாமியர்கள் இருக்கிறார்கள். ஒரு ஐயரும் இத்தொழிலில் ஈடுபட்டிருக்கிறார். லாபம் தரும் தொழிலில் ஈடுபட சாதி ஒரு தடையில்லை போலும்.

இறந்த ஆடு, மாடுகளின் தோலை உரித்து மயிரை நீக்கி பதப்படுத்தும் வேலை கடினமானது. மேலும் அருவருப்பானதும் கூட. அது மட்டுமில்லை. தோலைப் பதப்படுத்த பயன்படும் ரசாயனக் கலவை, சுண்ணாம்பு போன்றவை தொழிலாளியின் கை, கால், தோலினை ரணமாக்குகின்றன. நுரையீரலை பாதித்து தீராத நோயாளிக்குகின்றன.

பாதுகாப்பற்ற கொடுமையான வேலையை வயிற்றுப் பாட்டுக்காக செய்கிறார்கள். இருந்தும் அவர்களுக்கு நியாயமான கூலி இல்லை. 8 மணி நேர வேலை இல்லை சுரண்டடப்படுகிறார்கள், அடிமைகளாக நடத்தப்படுகிறார்கள். ஆண் தொழிலாளி என்றால் அடி, உதை சவுக்கடி; பெண் தொழிலாளி என்றால் பாலியல் வன்முறை.

நாவலின் தொடக்கமே ஒரு பாலியல் பலாத்காரக் காட்சியிலிருந்துதான் தொடங்குகிறது.

அஸன் ராவுத்தர் தோல் ஷாப்பில் வேலை செய்யும் இளம் பெண் சின்னக்கிளி ராவுத்தரின் மைத்துனன், காமுகன் முஸ்தபா மீரானால் பலாத்காரம் செய்யப்படுகிறாள்.

சின்னக்கிளியின் பரிதாப அலறல் கேட்டு அங்கு வேலை செய்யும் தொழிலாளி இளைஞன் ஓசேப் காப்பாற்ற முற்படுகிறான். முஸ்தபா மீரானைத் தூக்கி வீசுகிறான். கட்டையால் மண்டையைப் பிளக்கிறான்.

முதலாளியின் உறவினன் தாக்கப்பட்டதால் ஒசேப்பிற்கு ஆபத்து வரும் என்று கருதி ஓசேப்பின் காதலி அருக்காணி அவனைத் தப்ப வைக்கிறாள். ஆனாலும் ஓசேப் பிடிக்கப்பட்டு சித்ரவதைக்குள்ளாகிறான். ஓசேப்பை பள்ளி ஆசிரியர் இருதயசாமி காப்பாற்றுகிறார்.

பாலியல் வன்முறைக்குள்ளான சின்னக்கிளி இறந்துப் போகிறாள்; சேரி மக்கள் அவளை அடக்கம் செய்ய முடிவு செய்கின்றனர்.

வழக்கமான மயானப் பாதை மழையினால் பாதிக்கப்பட்டிருக்கிறது. ஊர்ப் பாதையில் செல்ல முயன்ற போது ஆதிக்க சாதியினர் தடுக்கின்றனர்.

சேரி மக்கள் வழக்கறிஞர் சுந்தரேசய்யரிடம் முறையிடுகின்றனர். அவர் ஒரு காந்திய வாதி. அவருடைய மகன் சங்கரனும் சப்கலெக்டர் வாட்சனும் பிரச்சனையைத் தீர்க்க முயல்கின்றனர். அவர்களே பிணத்தைத் தூக்கிச் செல்கின்றனர். அவ்வாறு தலித் மக்களின் சுடுகாட்டுப் பாதையுரிமை நிலை நாட்டப்படுகிறது.

தீண்டாமை கோலோச்சிய காலத்தில் ஒரு சக்கிலியப் பெண்ணின் பிணத்தை பிராமணன் சங்கரன் தூக்கியதைப் பார்த்து சனாதனவாதிகள் கொந்தளித்தனர். சங்கரன் சாதி விலக்கம் செய்யப்படுகிறான்.

ஆரம்பத்தில் அம்மக்களைப் பார்த்து முகம் சுளித்த சங்கரன் அவர்கள் வீட்டு உணவை சாப்பிடும் அளவிற்கு மாறி விடுகிறான்.

தோல் தொழிலாளர்கள் சங்கரன் தலைமையில் சங்கம் அமைத்து தங்கள் உரிமைக்களுக்காகப் போராடுகிறார்கள். இதுவரை முதலாளிகளைக் கண்டு பயந்த தொழிலாளர்கள் துணிச்சல் பெறுகிறார்கள்.

அரசாங்கம் நடத்திய பேச்சு வார்த்தைகளில் தாழ்த்தப்பட்ட மக்களாகிய சங்க நிர்வாகிகள் முதலாளிகளுக்கு சமமாக உட்காருவது முதலாளிகளைக் கொதிப்படைய வைக்கிறது.

தொழிலாளிகள் தலைநிமிர்ந்ததற்குக் காரணமாக இருக்கிற சங்கரன் மீது முதலாளிகளின் ஆத்திரம் திரும்புகிறது.

சங்கரனை ஒழிக்க அடியாட்களை ஏவுகிறார்கள். கொலை முயற்சி தோல்வியடைகிறது. முக்கிய அடியாளானான சந்தன தேவன் பிடிபடுகிறான். ஆனால் சங்கரன் அவனை போலீஸிடம் ஒப்படைக்கவில்லை. அதனால் அந்த ரவுடி மனம் மாறுகிறான். சங்கரனின் பாதுகாவலனாக மாறுகிறான்.

முதலாளிகள் காவல் துறைக்குக் கையூட்டு கொடுத்து தொழிற்சங்கத்தினரை ஒடுக்கப் பார்க்கிறார்கள்.

சின்னக்கிளியை பலாத்காரம் செய்த முஸ்தபா மீரான் இன்னொரு பெண்ணைப் பலாத்காரம் செய்ய முயலும் போது அப்பெண்ணால்

கொல்லப்படுகிறான். அந்தக் கொலை வழக்கில் பொய்யாக தோல் தொழிற்சங்கத்தினரைக் கைது செய்து காவல்துறை துன்புறுத்துகிறது. அந்த மக்களின் குடியிருப்புகள் அடித்து நொறுக்கப்படுகின்றன.

காவல்துறையின் அடக்குமுறை சங்கரனின் துணையாலும் தொழிலாளர்களின் ஒற்றுமையாலும் முறியடிக்கப்படுகிறது.

இந்நாவல் தோல் தொழிற்சங்க வரலாற்றோடு கம்யூனிஸ்ட் இயக்க வரலாற்றையும் பேசுகிறது.

1947-ல் நாடு சுதந்திரம் அடைந்தப் பிறகு கம்யூனிஸ்ட் இயக்கம் தடை செய்யப்படுகிறது. தலைவர்கள் தலைமறைவாகிறார்கள். சங்கரனும் தலைமறைவாகிறான்.

இந்தச் சந்தர்ப்பத்தைப் பயன்படுத்திக் கொண்டு முதலாளிகளும் காவல்துறையினரும் தொழிற்சங்க அலுவலகத்திற்குப் பூட்டு போடுகின்றனர்.

இந்நாவலின் பாத்திரங்கள் இடதுசாரி தொழிற்சங்க தலைவர்களும் பாட்டாளிகளுமாவர். தோழர் மணலி கந்தசாமியும் தோழர் வேலாயுதமும் கூட பாத்திரங்களாக வருகின்றனர்.

தோல் 'ஷாப்'பின் தொழிலாளி நகரத்தின் சேர்மனாகத் தேர்ந்தெடுக்கப்படுகிறார். அந்த அளவிற்கு உழைக்கும் வர்க்கத்தின் செல்வாக்கு பலம் பெற்றிருந்தது.

சங்கரன் பூணூலை அறுத்தெறிந்து சாதியற்றவனாக மாறுகிறான். தேவதாசி குலத்தில் பிறந்த வடிவாம்பாளைக் காதலிக்கிறான்.

நாவலின் உச்சக்கட்டமாக சங்கரனின் திருமணம் அமைகிறது. சங்கரன்-வடிவாம்பாள் உறவைப் பற்றிய அவதூறுக்கு முற்றுப்புள்ளி வைக்க திருமணம் அவசியமாகிறது. திருமணத்தை தோழர் கந்தசாமி தம்பதியினர் ஏற்பாடு செய்கின்றனர்.

தலைமறைவாக இருக்கும் சங்கரன் திருமணத்திற்கு வரும் போது கைதுசெய்ய காவல்துறை தயாராகிறது. திருமணம் முடிகிறது; சங்கரன் கைது செய்யப்படுகிறான்.

வடிவாம்பாள் தனிமையில் வாடுகிறாள். சங்கரன் விடுதலைக்காகக் காத்திருக்கிறாள் என்று நாவல் நிறைவடைகிறது.

நாவலில் இன்னொரு உருக்கமான காதல் கதையும் வருகிறது. ஓசேப்-அருக்காணி காதல். இருவரும் திருமணம் ஆகாமலே உறவு கொண்டதன் விளைவாக அருக்காணி மூக்கனுக்கு வலுக்கட்டாயமாக மூன்றாந்தாரமாகக் கட்டி வைக்கப்படுகிறாள். ஓசேப்பும் அருக்காணியும் சேர்ந்து வாழ முடியாமல் போகிறது.

'தோல்' நாவல் தோல் 'ஷாப்பு' தொழிலாளர்களின் கண்ணீர்க் கதை மட்டுமல்ல, நகர சுத்தி தொழிலாளர்களின் அவல வாழ்க்கையும் நாவலில் இடம் பெறுகிறது.

மனிதக் கழிவை தலையில் சுமக்கும் அவல நிலை இந்தியாவில் இன்றும் முழுமையாக மாறவில்லை. கழிவுநீர்த் தொட்டியில் இறங்கி விஷவாயு தாக்கி இறக்கும் பாதுகாப்பற்ற நிலையே இன்றும் நீடிக்கிறது.

'தோல்' நாவல் இழிநிலைக்கு உள்ளான மனிதர்களின் வாழக்கையை இரத்தமும் சதையுமாக சித்தரித்து காட்டுகிறது.

▼

15

கொற்கை

2013-ஆம் ஆண்டு சாகித்ய அகடமி பரிசு பெற்ற நாவல் கொற்கை நாவலை எழுதிய ஜோ டி குருஸ் உவரிக்காரர். உவரி திருநெல்வேலி மாவட்டத்தைச் சேர்ந்த ஊர். நானும் திருநெல்வேலிக்காரன் என்பதால் நாவலின் மீது ஈர்ப்பு ஏற்பட்டது. சென்னையில் குருஸ்க்கு நடந்த பாராட்டு விழாவிலும் கலந்து கொண்டேன்.

கொற்கை நாவல் மீனவப் பெண்களையும் கிறிஸ்தவப் பாதிரியார்களையும் கன்னியாஸ்திரிகளையும் ஆபாசமாக சித்தரிக்கிறது என்று கூறி தூத்துக்குடி நீதி மன்றத்தில் ஜோ டி குருஸ் மீது வழக்குப் போடப்பட்டது. விசாரணையும் நடைபெற்றது.

கொற்கை ஆபாசமாக இருக்கிறது என்றால் அதற்கு சாகித்ய அகடமி விருது கிடைத்திருக்குமா என்று கூறி குருஸ் வழக்கிலிருந்து தப்பினார். ஒரு விருது எழுத்தாளரைக் காப்பாற்றி இருக்கிறது என்பதைக் கூற விரும்புகிறேன்.

கொற்கை நாவலுக்குக் கிடைத்த விருது கடற்கரை மக்களுக்கான அங்கீகாரம் என்று ஜோ டி குருஸ் கூறியுள்ளார்.

ஜோ டி குருஸ் எழுதிய முதல் நாவலான ஆழி சூழ் உலகும் இரண்டாவது நாவல் கொற்கையும் மீன் பிடி தொழில் புரியும் பரதவர் வாழ்க்கையைக் களமாகக் கொண்டவை.

அஸ்தினாபுரம் குருஸின் மூன்றாவது நாவல். இது தவிர, கவிதை, சிறுகதை, வரலாறு கட்டுரைகள் என எழுதியுள்ளார். தோணி சார்ந்த ஆவணப் படங்களும் எடுத்துள்ளார்.

தனுஷ் நடிப்பில் பரத்பாலா இயக்கிய மரியான் திரைப்படத்திற்கு ஜோ டி குருஸ் வசனமும் எழுதியுள்ளார்.

“நான் இலக்கியவாதி இல்லை. எழுதியது எதிர்பாராத விபத்து. என் மக்கள் படும் துன்பங்களை பார்த்ததும் என்னையும் அறியாமல் எனக்குள்ளிருந்து வந்து விழுந்த படைப்புகள் என் நாவல்கள்” என்று ஒரு பேட்டியில் குருஸ் கூறியிருக்கிறார்.

ஜோ டி குருஸ் பி.ஜே.பி.யை ஆதரித்தவர்; பிரதமர் மோடியை புகழ்ந்துரைத்தவர். ஜோ டி குருஸ்க்கு பத்மஸ்ரீ விருது வழங்கப்பட்டுள்ளது என்பதை இங்கு குறிப்பிட வேண்டும்.

‘ஆங்கிலேயர் ஆட்சி கிறிஸ்துவ மதத்தின் பிரவேசம், சுதந்திர இந்தியாவில் நிகழ்ந்த மாற்றங்கள், நவீனத்துவத்தின் வருகை ஆகியவை பரதவர் சமுதாயத்தில் ஏற்படுத்திய மாற்றங்களை துல்லியமாகவும் கலை அமைதியுடனும் கூறுகிற இந்நாவல் ஒரு வரலாற்று ஆவணம்’ என்று முன்னுரை குறிப்பிடுகிறது.

கொற்கை என்பது இன்றுள்ள தூத்துக்குடி. பாண்டிய மன்னர்களின் துறைமுகமாக கொற்கை இருந்தது.

கொற்கையில் முத்து குளித்தல் பிரபலமானது. அத்துடன் மீன் பிடி தொழிலும் நடக்கிறது. தோணிகள் மூலம் சரக்குகளை கொழும்பு, பம்பாய், கொச்சி முதலிய துறைமுகங்களுக்கு ஏற்றுமதியும் இறக்குமதியும் செய்கிற தொழிலும் நடக்கிறது.

ஆங்கிலேயர்கள் வசம் கொற்கை வருகிறது. பாண்டிய அரச வம்சாவழியினர் செல்வாக்குடன் இருக்கின்றனர்.

கொற்கை கடற்கரையோர பரதவக் கத்தோலிக்கக் கிறித்துவம் செல்வாக்குடன் இருக்கிறது. அம்மக்களிடம் கத்தோலிக்கத்தைப் பரப்பியவர்கள் போர்த்துக்கீசியர்கள். பிறகு போர்த்துகீசியர்களை வென்ற டச்சுக்காரர்களாலும் கத்தோலிக்கத்தை விரட்டி விட்டு பிராட்டடஸ்டன்ட் கிறிஸ்துவப் பிரிவை நிறுவ முடியவில்லை; டச்சுக்காரர்களை வென்ற ஆங்கிலேயர்களாலும் முடியவில்லை.

கொற்கை நாவல் கத்தோலிக்கத்தின் மீது பரதவ மக்களின் அசைக்க முடியாத நம்பிக்கையைப் பேசுகிறது. அன்னை மேரியை வணங்குகிற சில பரதவ மக்கள் சந்தன மாரியம்மனை வணங்குவதும்

நாவலில் வருகிறது. கத்தோலிக்க சபையைச் சேர்ந்த பங்குத் தந்தைகளின் ஊழல்களையும் போலித் தன்மைகளையும் பாதிரியார்கள், கன்னியாஸ்திரிகளின் பாலியல் ஒழுக்கக் கேடுகளையும் நாவல் அம்பலப்படுத்தத் தவறவில்லை.

கொற்கைக்கு முன்னுரை எழுதியுள்ள அரவிந்தன், 'காலம்' இதுதான் 'கொற்கை'யின் மைய கதாபாத்திரம் என்கிறார்.

1914-2000 வரை உள்ள காலகட்டத்தின் சமூக வாழ்க்கையை நாவல் பேசுகிறது.

34 குடும்பங்கள்; அக்குடும்பங்களில் பிறந்து வளர்ந்து மறையும் நூற்றுக்கணக்கான மனிதர்களே நாவலின் பாத்திரங்களாக இருக்கிறார்கள். (குடும்ப வரைபடங்கள் நூலில் இடம் பெற்றிருக்கின்றன)

இக்குடும்பங்கள் பரதவர், நாடார் சமுதாயத்தைச் சேர்ந்தவர்களாக இருக்கிறார்கள். அதிலும் ஐந்தாறு குடும்பங்களே நாவலில் முதன்மைப் பெறுகிறார்கள்.

நூற்றுக்கணக்கான பாத்திரங்கள் வருவதால் யாரும் முக்கியத்துவம் பெறுவதில்லை.

ஒன்றிரண்டு பாத்திரங்களைத் தவிர, பவுல் தண்டல், பிலிப் தண்டல், ஆண்டி நாடார், சண்முக வேல் நாடார், சலோமி, மதலேன், எழிலரசி, ரஞ்சிதம் போன்ற பாத்திரங்கள் முக்கியத்துவம் பெற்றாலும் அவர்கள் தொடர்ச்சியாக வருவதில்லை. அதனால் இந்த பாத்திரங்களின் மூலம் கொற்கை நாவலின் முழுக் கதையைத் தெரிந்துகொள்ள முடியாது.

கொற்கை நாவலின் அடிப்படை 1914-2000 கால கட்டத்தின் சமூக, பொருளாதார, அரசியல் வாழ்க்கையைச் சித்தரிப்பதுதான்.

கொற்கை துறைமுகத்தில் நடைபெறும் தொழில்களான முத்து குளித்தல், சங்கு குளித்தல், மீன் பிடித்தல், தோணி, கப்பல் மூலம் சரக்குகளை ஏற்றுமதி, இறக்குமதி செய்தல், போக்குவரத்து செய்தல் ஆகியவற்றில் ஈடுபடும் பரதவர், நாடார் சமுதாயத்தினரின் சமூக, பொருளாதார அரசியல் வாழ்க்கையின் போக்கை சுமார் 1200 பக்கங்களில் நாவல் விவரிக்கிறது.

சமூக வாழ்க்கை என்பது மதம், குடும்பம், பழக்க வழக்கங்களின் போக்கைக் குறிக்கிறது. பரதவர்கள் பெரும்பான்மையோர் கத்தோலிக்கச் சமயத்தில் இருக்கிறார்கள், இந்து பரதவர்கள் சந்தன மாரியம்மனைக் கும்பிடுகிறார்கள்.

பெரும்பாலும் திருமண, சமூக உறவுகளில் சாதி, மத உணர்வே மேலோங்கியிருக்கிறது. கலப்புத் திருமணங்கள் விதி விலக்காக இருக்கின்றன. அதை ஒரு பெரிய குற்றமாகப் பார்க்கிற நிலை இல்லை. கோபால் (பிள்ளை), மாதரசி (பரதவர்) திருமணம், ரமேஷ் (நாடார்) சில்வியா (பரதவர்) திருமணம், ரேவதி (நாடார்) ரேனால்டு (பரதவர்) திருமணம் இவற்றை உதாரணமாக சொல்லலாம்.

குடும்பங்களில் சில தனி மனிதர்களிடம் காணப்படும் பாலியல் ஒழுக்கக் கேடுகள் நாவலில் பேசப்படுகின்றன. அவை மிகவும் பச்சையான மொழியில் எழுதப்பட்டுள்ளன. இந்த வெட்ட வெளிச்சமான தன்மை. சிலரை முகஞ் சுளிக்க வைக்கும். லொஞ்சின் மனைவி ரஞ்சிதம், பாதர் பபிலோன், பாதர் அருள்தாஸ், Sr. ரென்சி, ரோனல்டு ரேவதி விஷயங்கள் இவ்வாறு எழுதப்பட்டுள்ளன.

பரதவர் சாதியில் மேசைக்காரர். தல்மெய்தா, ரிபேரோ, கர்டோசா ஆகிய பிரிவுகள் உயர் தட்டைச் சேர்ந்தவர்கள். இவர்கள் உடைமையாளர்கள், தோணி முதலாளிகள், வெள்ளைக்காரர்களோடு சமமாக உறவாடுகிறார்கள்.

நாடார் சாதியில் நாடார், சாணார் என்று பிரிவுகள் குறிப்பிடப்படுகின்றன.

இந்த இரண்டு சாதியினரின் பொருளாதார நடவடிக்கைகள் நாவலில் இடம் பெறுகின்றன. காட்டன் மில் ஒப்பந்தங்கள் இவர்களுக்கு வழங்கப்படுகின்றன.

கொற்கை நாவலில் தோணியும் காலம் போல் ஒரு பாத்திரமாக இடம் பெறுகிறது. தோணி கட்டுதல், கடலில் செலுத்துதல், கடலில் காற்றின் போக்குகள் குறித்து பாடம் எடுப்பது போல் விவரங்கள் இடம் பெறுகின்றன.

தோணி சார்ந்த தொழிலும் வியாபாரமும் பரதவர்கள் செல்வாக்கில் இருக்கின்றன. காலப் போக்கில் நாடார்கள் இத் தொழிலில் ஈடுபடுவதையும் நாவல் பேசுகின்றன.

சிதம்பரனாரின் சுதேசி கப்பல் முயற்சி, அதை ஆங்கிலேயர் முறியடித்த விவரமும் பேசப்படுகிறது.

நாவலின் பரதவர்கள் ஒற்றுமைக் குறைவு, ஒழுக்கக் குறைவு. அறிவின்மை, தொலை நோக்கு இன்மை உடையவர்களாக இருக்கிறார்கள் என்றும், மாறாக நாடர்கள் ஒற்றுமை, உழைப்பு, தொலை நோக்கு உடையவர்களாக இருக்கிறார்கள் என்றும் ஒப்பிடப்படுகிறார்கள். நாவலாசிரியரின் கரிசனம் பரதவர்கள் மேல் இருக்கிறது.

கொற்கை பேசும் அரசியல் என்பது மேலோட்டமானது, கத்தோலிக்க சபை ஆங்கிலேயர் ஆட்சிக்குத் துணையாக இருக்கிறது.

ஆஷ் துரை கொலையினால் பின்தொடரும் அடக்கு முறைகள் கூறப்படுகின்றன. கொற்கையில் ஆஷ் துரைக்கு நினைவிடம் இருக்கிறது.

திருச்செந்தூர், ஸ்ரீவைகுண்டம் பகுதிகளில் சுதந்திரப் போராட்ட நிகழ்வுகள் பேசப்படுகின்றன. 1947-க்குப் பிறகு காங்கிரஸ் ஆட்சி, தி.மு.க. வின் எழுச்சி, அ.தி.மு.க.வின் பிறப்பு, போகிறப் போக்கில் உரையாடல்களாக நாவலில் வருகின்றன.

காங்கிரஸ் ஆட்சியில் கொற்கையில் புதிய துறைமுகம் கட்டப்படுகிறது. பழைய தோணி துறைமுகம் கேட்பாரற்றுக் கிடக்கிறது.

கொற்கைக்கும் (தூத்துக்குடி) கொழும்பிற்கும் இயல்பாக இருந்த தோணிப் போக்குவரத்து கண்காணிப்புக்கு உள்ளாகிறது. கடத்தல் தடுக்கப்படுகிறது.

தமிழக மீனவர்கள் இலங்கைக் கடற்படையால் தாக்கப்படுவது நாவலில் குறிப்பிடப்படுகிறது. கொற்கையைச் சேர்ந்த மீனவ இளைஞன் துப்பாக்கிச் சூட்டில் கொல்லப்படுகிறான்.

பரதவ மக்களின் பேச்சு மொழியை நாவல் மிக துல்லியமாகப் பதிவு செய்கிறது. மொழியில் வெளிப்படும் பண்பாட்டுக் கூறுகள் முக்கியமானவை.

கொற்கை நாவலில் வழக்கமான வடிவம் இல்லை. பல கதைகள் பகுதி பகுதியாகத் தனித்து தெரிகின்றன.

பிலிப் தண்டல் - சலோமி, ஆண்டி நாடார், பாதர் அருள்தாஸ் - சிஸ்டர் ரென்சி, ரெனால்டு - ரேவதி ஆகிய பாத்திரங்களின் கதைகள் இவ்வாறு துண்டு துண்டாக இருக்கின்றன.

கொற்கை தரையில் காலூன்றாமல் எழுதப்பட்ட கற்பனைப் படைப்பு அல்ல. மீனவ மக்களின் வாழ்க்கையை மிக எதார்த்தமாகச் சித்தரிக்கும் நாவல். வாழ்க்கையின் உண்மை நிர்வாணமாக கூறப்பட்டிருக்கிறது. எந்த அரிதாரமும் இல்லை. அதனால் படிக்கும் சிலருக்கு அதிர்ச்சியாகவும் அருவெறுப்பாகவும் தெரியக் கூடும்.

கொற்கை ஜோ. டி. குருஸ்யின் மிகப்பெரிய உழைப்பில் உருவான படைப்பு. சாகித்ய அகடமி விருது அந்த உழைப்பை அங்கீகரித்திருக்கிறது.

▼

16

ஒரு சிறு இசை

இது வண்ணதாசனின் 12-ஆவது சிறுகதைத் தொகுதி. 2016-ஆம் ஆண்டின் சாகித்ய அகடமி விருதுப் பெற்றது.

எழுத்தாளர் வண்ணதாசனை 1970-களில் கவிஞர் கல்யாண்ஜியாக நானறிவேன்.

அப்போது புதுக்கவிதைகள் புயலாகப் புறப்பட்டிருந்த நேரம். புதுகவிதைகளுக்கு மட்டும் சிறு சிறு பத்திரிகைகள் நிறைய வரும். அதில் ஏதோ ஒன்றில் படித்த கல்யாண்ஜியின் கவிதை இன்னும் மறக்கவில்லை

'அவள் குனிந்து
வாசலைப் பெருக்கி
கோலமிட்டு சென்றாள்
வாசல் சுத்தமானது
மனம் அசுத்தமானது'

இதே தொனியில் அவருடைய நண்பர் கலாப்ரியா எழுதியதும் மறக்கவில்லை.

'அவள் அழகாக இல்லை
அதனால் எனக்கு
தங்கையாகிவிட்டாள்'

இப்படி அப்போது வந்த கவிதைகளுக்குத் தலையும் கிடையாது; வாலும் கிடையாது. இளம் மன உணர்வின் தெறிப்பு. அவ்வளவுதான்.

இப்போது கல்யாண்ஜி முகநூலில் பொன்மொழி மாதிரி கவிதைகள் எழுதிக் கொண்டிருக்கிறார்.

'நாம் அனேகமாய்ப்
பார்ப்பதில்லை/பார்த்ததில்லை
ஒரு சருகு இலையின் பின்புறத்தை
ஒரு மரப்பாச்சியின் பின்புறத்தை
ஒரு சூரியனின் பின்புறத்தை
மற்றும்
நம்முடையதை'

இவற்றில் முதிர்ந்த வாழ்வின் பார்வை வெளிப்படுகிறது. வாசிக்க நன்றாக இருக்கிறது. வண்ணதாசனின் இயற்பெயர் சி. கல்யாண சுந்தரம் திருநெல்வேலியில் பிறந்தவர். தந்தை தி.க.சிவசங்கரன் (தி.க.சி.)

தி.க.சி. யும் சாகித்ய அகடமி விருது பெற்ற எழுத்தாளர். இடதுசாரி இலக்கியத்தை தமிழில் கட்டமைக்க முனைந்தவர். ஆனால் மகனான வண்ணதாசனின் இலக்கியப் பாதை வேறு திசையில் பயணித்தது.

1962-ல் எழுதத் தொடங்கிய வண்ணதாசன் துவக்கத்தில் தீபம், கணையாழி ஆகிய இதழ்களில் எழுதினார். ஒளியிலே தெரிவது, தோட்டத்துக்கு வெளியிலும் சில பூக்கள், சில இறகுகள் சில பறவைகள், உயரப் பறத்தல், எல்லோருக்கும் அன்புடன், கலைக்க முடியாத ஒப்பனைகள், பெயர் தெரியாமல், மனுஷா மனுஷா, புலரி, முன்பின் மணல் உள்ள ஆறு, அந்நியமற்ற நதி ஆகிய சிறுகதைத் தொகுப்புகளும் சின்னு முதல் சின்னு வரை என்ற புதினமும் அகம் புறம் என்ற கட்டுரை தொகுப்பும் ஏராளமான கவிதைகளும் வந்துள்ளன.

இலக்கிய சிந்தனை விருது, விஷ்ணுபுரம் விருது, கனடா தோட்டம் அமைப்பின் விருது தஞ்சை தமிழ்ப் பல்கலைக்கழகத்தின் மதிப்புறு முனைவர் விருது ஆகிய சிறப்புகளைப் பெற்றவர்.

வண்ணதாசன் பெயரில் சிறுகதைகளும் கல்யாண்ஜி பெயரில் கவிதைகளும் எழுதிய அவர் நவீன தமிழ்ச் சிறுகதை உலகில் மிகுந்த கவனம் பெற்றவர்.

ஒரு தாமரைப்பூ, ஒரு குளம்

அவருக்கு வயதாகிவிட்டது. சுவரில் கைகளை ஊன்றிக் கொள்ளாமல் செருப்பு போட முடியவில்லை, சுவரில் சாய்ந்து கொண்டுதான் உடை மாற்ற முடிகிறது. 'வாக்கிங்' போனால் வீட்டுக்குத் திரும்புவோமா என்று சந்தேகப்படுகிறார்.

அவருடைய மனைவி பார்வதி இறந்து ஏழு வருஷம் ஆகிறது. மருமகள் பெயரும் பார்வதி தான். சின்ன மகனின் மனைவி அவரைக் கவனித்துக் கொள்கிறார்.

அவரிடம் மிஞ்சியிருப்பது மனைவி மற்றும் நண்பர்களைப் பற்றிய நினைவுகள் தான்.

வீட்டுத் தோட்டத்திற்கு வரும் குருவி, எருக்கஞ் செடிகளுக்கிடையில் பறக்கும் பட்டாம் பூச்சி, தெருவில் அலையும் நாய்க்குட்டி மேலெல்லாம் பிரியம் ஏற்படுகிறது. ஒரு நாள் நாய்க்குட்டியைத் தூக்கிக் கொண்டு வீட்டுக்குத் திரும்புகிறார்.

எண்கள் தேவையற்ற உரையாடல்கள்

ஜான்சியின் அலுவலக நண்பர் சோமு இறந்து போகிறார். அவருக்கு இறுதி மரியாதை செலுத்த ஜான்சி போகிறாள்.

சோமுவைப் பற்றிய நினைவுகள் உரையாடல்களாக மனதிற்குள் நடக்கின்றன.

கல்யாணமே வேண்டாம் என்றிருந்த ஜான்சியின் மனதை மாற்றியவர் சோமுதான்! என்ன சொல்லி மாற்றி இருப்பார் என்பது கதையில் இல்லை.

சோமுவின் எப்போதும் கண்ணாடி அணிந்த முகம், முழுக்கைச் சட்டையை எப்போதும் முழங்கை வரை மடித்து விட்டிருப்பது... அவளை ஜான்சி என்று பெயர் சொல்லி அழைப்பது, சோமுவின் மீது அவள் காட்டும் தனிப்பட்ட அன்பு எல்லாம் ஜான்சிக்கு நினைவு வருகிறது.

சாவு வீட்டுக்கு வந்து விட்டாள். அவளை யாரென்று அங்குள்ளவர்களுக்கு அடையாளம் தெரியாது. துக்க வீட்டில் துக்கம் தான் அடையாளம் என்று நினைக்கிறாள்

உடல் இருக்கும் 'ப்ரீஸர்' பெட்டிக்கு அருகில் நெருங்கும்போது ஜான்சிக்கு அழுகை வெடித்தது.

சோமுவின் தொலைபேசி எண் கூட அவளிடமில்லை. இப்போது வாங்க வேண்டும் என்று தோன்றுவது விசித்திரம் தானே!

பொழுது போகாமல் ஒரு சதுரங்கம்

சுந்தரம் நினைத்துப் பார்ப்பதாக கதை நகருகிறது. சுந்தரம் என்பது ஒரு வேளை கதாசிரியராக இருக்கலாம்.

சொந்த ஊருக்கு வரும் சுந்தரம் தாயம்மா அத்தையைப் பார்க்காமல் போக மாட்டான். உறவல்ல, பழக்கத்திற்கு அத்தை. அத்தையின் கணவர் சூரி மின்சார வாரியத்தில் வேலை பார்ப்பவர்.

தாயம்மா அத்தை ஆசிரியை, உடன் ஆசிரியர் வேலை பார்க்கும் தனுக்கோடி சுதந்திரத்தின் சித்தப்பா. அப்பாவின் தங்கைக் கணவர்.

தாயம்மாவும் தனுக்கோடியும் திருமணம் ஆகி குடும்பத்துடன் இருக்கிறார்கள். அவர்களுக்குள் ஓடும் மெல்லிய காதல் உணர்வையும் அதைத் தெரிந்து கொண்டு வெறுப்பைக் காட்டும் சூரி மாமா பற்றியும் சுந்தரம் நினைக்கிறான்.

இருவரும் ஓய்வு பெற்று விட்டார்கள். பொழுது போகாமல் சதுரங்கம் விளையாடுவதாகச் சொல்லும் இருவர் முகங்களிலும் சிரிப்பு இல்லை என்பதை சுந்தரம் பார்க்கிறான்

பூரணம்

பூரணம் பாத்திரத்தின் பெயர் முழுப் பெயர் பூரணலிங்கம். லிங்கம் என்றுதான் அவருடைய அம்மா கூப்பிடுவார். அதுதான் அவருக்கும் பிடிக்கும்.

பூரணம் என்றுதான் எல்லோரும் கூப்பிடுவார்கள். பூரணம் மாமா, அவரது மனைவி சரசு ஆகியோரைப் பற்றிய கதை இது.

கதாசிரியர் பெரும்பாலும் இத்தொகுப்பிலுள்ள கதைகளில் உறவினர்களின் நினைவுகளைத்தான் பேசுகிறார். அதிகமாக மாமா, அத்தைகளைப் பற்றி.

பூரணம் மாமாவிற்கு சரசு அத்தை கிடைத்ததை அவர் பெரும் பாக்கியமாகக் கருதுகிறார்.

சரசு அத்தை வளர்க்கும் கருப்புப் பூனைக்கு மாமாவின் பெயர்தான் அத்தை வைத்திருக்கிறார். பூனை அத்தையின் காலைச் சுற்றி வருகிறது. மாமாவும் அப்படித்தான் இருக்கிறார் என்பதற்கு அது உருவகம்.

கூதியான், மயிரான் என்று வார்த்தைகள் கதையில் வருகின்றன. அந்த வார்த்தைகளைப் பேசுபவர்கள் என் நினைவிற்கும் வந்தார்கள்.

தலைப்பு மட்டும் அல்ல, கதையும் பூரணமான கதை.

கனியான பின்னும் நுனியில் பூ

விடுகதை போல் ஒரு தலைப்பு. விடை மாதுளம் பழமாகத் தான் இருக்கும்.

மாதுளம் பழத்திற்கு சுளை இருப்பது போல் எட்டாக வகிர்ந்து, பூப் போல் இதழ் இதழாக விரித்து, நான்கு பழங்களை பார்வைக்கு வைத்து விடுகிறார்கள் என்று நாம் சாதாரணமாக பார்த்துக் கடந்து செல்லும் விஷயங்களை வண்ணதாசன் அழகாக எழுதுகிறார்.

பழக்கடைக்கு பழம் வாங்கப் போன போது பார்த்த மனிதர்கள், குழந்தைகளைப் பற்றி அன்பு வெளிப்பட எழுதப்பட்ட கதை.

நிரப்புதல்

சுப்புவும் முத்தரசும் வங்கியில் வேலை பார்க்கிறார்கள். சுப்புவின் முழுப் பெயர் சுப்புலட்சுமி; குஞ்சு என்றும் கூப்பிடுவார்கள்.

சுப்புவின் தங்கை ரமணி. பி.காம். முடித்து எம்.காம். படிக்க தயாராகிற நேரத்தில் தற்கொலை செய்து கொள்கிறாள். சிறு வயதில் இருந்தே மனநிலை சரியில்லாதவள்.

ஹரி சுப்புவின் அண்ணன் குடிகாரனாக இருக்கிறான். ரமணியின் சாவில் சந்தித்துக் கொள்கிற இவர்களின் வாழ்க்கையைப்பற்றிய கதை இது.

இழப்புக்கு ஒரு நிரப்புதல் வேண்டும் இல்லையா! சுப்பு-முத்தரசு திருமணம் நிரப்புதலாக இருக்கும் என்று பேசப்படுகிறது.

எதுவும் மாறிவிடவில்லை

அவருடைய மனைவி சிவகாமி இறந்து போகிறாள். அவர் மருத்துவக் கண்காணிப்பில் இருக்கிறார். நிர்மலா என்கிற தாதி கவனித்துக் கொள்கிறாள். நிர்மலாவின் கணவர் ஜெயராஜியிடம் சிவகாமியின் மீது வைத்திருந்த அன்பை பற்றி அவர் கூறுகிறார். அந்தரங்கமான விஷயங்களைக் கூட கூறுகிறார்.

அவர் குடிக்கக் கூடாது, புகைக்கக் கூடாது என்று தாதி நிர்மலா கட்டுப்படுத்துகிறாள். அதிகம் பேச வேண்டாம் என்கிறாள்.

'சரியாகத்தான் சொன்னாய் நிர்மலா. எனக்கு ஓய்வு தேவைப்படுகிறது.' என்று சொல்லிக் கொண்டிருக்கும் போதே அவர் கீழே சரிவதாக கதை முடிகிறது.

கல்பனா ஸ்டுடியோவில் ஒரு போட்டோ

பிரம நாயகமும் கைலாசமும் நண்பர்கள்.

இரண்டும் பேரும் சந்தித்தால் வாழ்க்கையில் வந்து போன அல்லது மனதைக் கவர்ந்த பொம்பள பிள்ளைகளைப் பற்றி தான் பேசுவார்கள்.

பிரமுவுக்கு கல்யாணம் நடக்கவில்லை. கல்யாணத்தன்று பொண்ணு காணாமல் போய் விட்டாள். கல்பனா ஸ்டுடியோவில் கல்யாண போட்டோ எடுக்கணும் என்கிற பிரபுவின் ஆசை நடக்கவில்லை.

கண்ட பெண்களுடன்தான் பிரமுவுக்குத் தொடர்பு. 18 வருடங்களுக்கு முன் பழக்கத்தில் இருந்த ஒரு பெண்ணைப் பார்க்கிறான். அவள் சந்தை வாசலில் மரச்சீனி கிழங்கு வித்துக்கிட்டு இருக்கிறாள்.

'பதினாறு பதினேழு வயசுல நமக்குப் பிறந்த பையன் கல்லிடைக்குறிச்சியில் பரோட்டா கடையில் நிக்கான்' என்று அவள் பிரமுவிடம் சொல்கிறாள்.

இதை நண்பன் கைலாசத்திடம் சொல்லி பிரமு அழுகிறான்.

கல்பனா ஸ்டுடியோக்காரரிடம் பிரமுவையும் அவளையும் ஒரு போட்டோ எடுக்கச் சொல்ல வேண்டுமென்று கைலாசம் நினைக்கிறான்.

தண்ணீருக்கு மேல் தண்ணீருக்குள் கீழ்

இந்தப் பெண்களின் வாழ்க்கையில் நடக்கும் விஷயங்களைப் பார்த்தால் தண்ணீருக்கு மேல் பூ இவ்வளவு பெரியது என்றால், தண்ணீருக்குள் கீழ் தண்டு இவ்வளவு நீளம் இருக்கும் என்று புரிந்து கொள்ள வேண்டியதிருக்கிறது.

ஆண்-பெண் உறவு ரகசியம் பற்றிய விஷயங்கள்தான் இக்கதையில் பேசப்படுகிறது.

'இரண்டாவது பொண்ணு யாரு ஜாடையில் இருக்கா?' லட்சுமணன் ரேவதியிடம் கேட்கிறான்.

'உங்க வேட்டியையும் மங்கையக்கா சேலையையும் முடிச்சுப் போடாதது ஒன்றுதான் பாக்கி' என்று ரேவதி பதில் சொல்கிறாள்.

பெண்களைப் பற்றிய வம்புகளை பெண்களைப் போலவே கதை அளக்கும் மொழியில் வண்ணதாசன் எழுதியிருக்கிறார்.

'உப்பைக் கரைச்சு கடலில் ஊத்திக்கிட்டே இருக்கிறது' என்று கதையில் ஒரு வரி வருகிறது; அது ஆழம் பொதிந்தது.

மன்மத லீலையை

மனிதர்களை நினைத்து நினைத்து அசை போடுவது போல் இந்தக் கதையை வண்ணதாசன் எழுதியிருக்கிறார்.

சிவசைலம் சுந்தரத்திற்குப் பெரியப்பா என்றால் பரமனுக்குச் சின்னைய்யா. பெரியப்பாவைப் பற்றியும் பெரியம்மாவைப் பற்றியும் சுந்தரத்தின் நினைவுகள் ஓடிக் கொண்டே இருக்கின்றன.

பெரியம்மாவும் பரமனும் காலமாகி விட்டார்கள். சொப்பனத்தில் பரமன் கழுதையில் செல்கிறான். பெரியம்மா பற்றிய சொப்பனமும் அவனுக்கு வந்தது. 'ஏ, என்னத்தையாவது உடுத்தியிருந்தாளா, இல்லை என்னைப் பார் என் அழகைப் பாருன்று வந்து நின்னாளா?' என்று பெரியப்பா சட்டென்று கேட்டு விடுவார் என்பதால் அவன் இரண்டு சொப்பனங்களையும் சொல்ல விரும்பவில்லை. ஆனால் அவன் வீட்டுக்காரியை சொப்பனத்தில் அம்மணமாகப் பார்த்ததாகப் பெரியப்பா சொல்லி விடுகிறார்.

இதில் எல்லாம் சொல்வதற்கு என்ன இருக்கிறது? என்று கதை முடிகிறது.

தண்டவாளங்களைத் தாண்டுகிறவர்கள்

காந்தி டீச்சரை பற்றிய நமசுவின் நினைவுகள் தான் கதை. ஏதாவது ஒரு பாத்திரத்தின் நினைவுகளை சுருள் சுருளாக விரித்து எழுதுவது வண்ணதாசனின் உத்தி.

காந்தி டீச்சர் நமசு, கஸ்தூரி ஆகியோரின் அப்பாவுடன் வேலை பார்ப்பவர். அவர்களின் குடும்ப நண்பராகி விடுகிறார். நமசுக்கும் கஸ்தூரிக்கும் காந்தி டீச்சர் தான் வழிகாட்டி.. உறுதுணை.

காந்தி டீச்சர் ஓய்வு பெற்று விடுகிறார். டீச்சரின் 81 வயது அப்பா இறந்து விடுகிறார். டீச்சர் துறவியாகி, சொல்லாமல் எங்கோ போய் விடுகிறார்.

நமசுக்கு பெரிய அதிர்ச்சி, யாரைப் பார்த்தாலும் அவனுக்கு டீச்சராக தோன்றுகிறது. தண்டவாளங்களைத் தாண்டுகிறவர்கள் கூட.

ஒரு சிறு இசை

இந்தக் காலத்தில் அடுத்த மனிதர்களைப் பற்றி நினைப்பதே பெரிய விஷயமாக இருக்கிறது. ஆச்சியைப் பற்றிய, பெரியப்பாவை பற்றிய, மாமாவை பற்றிய, நண்பனின் காதலியைப் பற்றிய நினைவுகளைத் தான் வண்ணதாசன் கதைகளாக மீட்டிக் கொண்டு இருக்கிறார். அப்படி மீட்டும் போது அவருக்குள் ஒரு சிறு இசை கேட்கிறது.

'ஒரு சிறு இசை' என்கிற கதையிலும் மூக்கம்மா ஆச்சியைப் பற்றி எழுதும் போது அந்தச் சிறு இசை அவருக்குக் கேட்டிருக்கிறது.

மூக்கம்மா ஆச்சி அவளையும் கோமு அக்காவை வளர்த்தவர். அவர்களுக்குக் கதை சொல்லுகிறவர்.

மூக்கம்மா ஆச்சி அவனுடைய அம்மாச்சியின் சகோதரி. அம்மா தாத்தா ஆச்சிக்கு அத்தான் முறை.

ஆட்சியின் பெரிய சோகம் 16 வயதிலேயே விதவையானார். உறவினர்களின் வீடுகளில் வாழ்ந்து 'தீவன ஊழியம்' செய்து காலத்தைக் கழிக்கிறார்.

அப்பாவுக்கு ஆச்சியை ரொம்பப் பிடிக்கும். போட்டோ எடுத்திருக்கிறார்.

ஆச்சி அவனுடைய வீட்டில்தான் இறந்து போகிறார். மறைவுச் செய்தியை பத்திரிகையில் போட அந்த போட்டோவை பெட்டியில் தேடும் போது போட்டோ அம்மா தாத்தாவின் சட்டையின் மேல் இருந்தது. ஆச்சிக்கு அம்மா தாத்தாவின் மீது மனதிற்குள் ஓர் ஆசை இருந்திருக்கிறது. இதுதான் இந்தக் கதையின் சிறு இசை.

வண்ணதாசனின் கதைகள் இளங்காற்று போன்றவை. தமிழ் சேர்த்துக் கொண்ட செல்வம் என்கிறார் எழுத்தாளர் ஜெயமோகன்.

வண்ணதாசன் கு. ப. ராஜகோபாலன், தி. ஜானகிராமன் மரபில் வருகிறவர் என்பது அவரது கருத்து.

எழுத்தாளர் எஸ். ராமகிருஷ்ணனின் விருப்பத்திற்குரிய எழுத்தாளர் வண்ணதாசன். வண்ணதாசனின் கதைகள் நெருக்கடியும் பிரச்சனைகளும் நிறைந்த வாழ்வின் இடையில் அன்பின் இருப்பையும், அன்பு வெளிப்படும் அரிய தருணங்களையும் வெளிப்படுத்துபவை என்கிறார் எஸ்.ரா.

எண்ணங்களையே பெரிதும் எழுதும் வண்ணதாசனை எண்ணதாசன் என்று சொல்லத் தோன்றுகிறது.

வண்ணதாசனின் சிறு இசை நம் எண்ணங்களிலும் ஒலிக்கிறது.

▼

17

சஞ்சாரம்

எஸ். ரா. என்று அழைக்கப்படுகிற எஸ் ராமகிருஷ்ணன் என்கிற எழுத்தாளரை எனக்கு அறிமுகப்படுத்தியது கஜகுமார்தான்.

நான் நிறைய வாசிப்பவன். நான் வாசிப்பதும் குறைந்திருந்த காலம் இருந்தது. குழந்தை இலக்கியத்திற்கு வேறு திரும்பி இருந்தேன். அந்தக் காலகட்டத்தில்தான் எஸ் ராமகிருஷ்ணன் நிறைய எழுத ஆரம்பித்து இருந்தார். எனக்கு அது தெரியாமல் இருந்தது. தம்பி கஜகுமார் அறிமுகப்படுத்தினான்.

எஸ். ரா. விருதுநகர் மாவட்டம் மல்லாங்கிணறு கிராமத்தைச் சேர்ந்தவர். 12 நாவல்கள், 20 சிறுகதைத் தொகுப்புகள், 36 கட்டுரைத் தொகுப்புகள், 8 திரைப்பட நூல்கள், 15 சிறார் இலக்கிய நூல்கள் மற்றும் வரலாறு, நாடகம், மொழிபெயர்ப்புகள் என்று எழுதி குவித்தவர். அசுர உழைப்பாளி.

'என் கதைகள் உலகோடு நான் ஆடிய பகடையாட்டம், வெற்றி தோல்வியைப் பற்றி கவலைப்படாமல் ஆடியது' என்றும், 'எறும்புகள் இழுத்துக் கொண்டு போகும் வெல்லக் கட்டியைப் போல உலகை எனது இருப்பிடத்திற்குள் இழுத்துக் கொண்டு வந்து விட முயன்றதன் விளைவு தான், எனது எழுத்துக்கள்' என்றும் எஸ். ரா. தனது படைப்புகள் பற்றி கூறி இருக்கிறார்.

எஸ்.ரா. ஊர் சுற்றுவதில் ஆர்வம் கொண்டவர் தேசாந்தரி. தேசாந்திரி என்ற சொல்லின் மீது அவருக்கு ஆர்வம் அதிகம். தனது பதிப்பகத்திற்கு கூட அந்தப் பெயரை வைத்திருக்கிறார்.

எஸ்.ரா. வின் முதல் நாவல் உப பாண்டவம். மகாபாரதத்தின் உப கதாபாத்திரங்களை மைய பாத்திரங்களாக்கி எழுதிய நாவல்.

2018ஆம் ஆண்டு சாகித்ய அகடமி விருது பெற்ற 'சஞ்சாரம்' 7-ஆவது நாவல். நாதஸ்வரக் கலைஞர்களின் வாழ்க்கையைச் சித்தரிக்கிறது.

நான் சிறு வயதில் திருநெல்வேலி மாவட்டத்தில் நாதஸ்வர இசையை அதிகமாக கோவில் திருமணம், திருவிழா நிகழ்ச்சிகளில் கேட்டிருக்கிறேன். கொஞ்சும் சலங்கை, தில்லானா மோகனாம்பாள் ஆகிய திரைப்படங்கள் நாதஸ்வரக் கலைஞர்களைப் பற்றியது..

சஞ்சாரம் நாவல் பக்கிரி எனும் நாதஸ்வரக் கலைஞனின் கதை மூலம் கரிசல் நிலத்தின் நாதஸ்வர இசையைப் பற்றி, நாதஸ்வரக் கலைஞர்களைப் பற்றி, அவர்களின் வாழ்க்கைத் துயரைப் பற்றி பேசுகிறது.

மூதூரிலுள்ள சூலக்கருப்பசாமி கோவில் திருவிழாவிற்கு நாதஸ்வரம் வாசிக்க ரத்தினமும் பக்கிரியும் வந்திருக்கிறார்கள்.. ரத்தினம் மூத்த கலைஞர். ரத்தினம் இளைஞன், திருமணமாகாதவன்.

கோவிலில் முதல் மரியாதை பெறும் விஷயத்தில் பனங்குளம் ஊருக்கும் மூதூர் ஊருக்கும் தகராறு ஏற்படுகிறது.

இந்தத் தகராறில் மூதூர் சண்டியன் வீர சின்னுவிடம் சம்பந்தமில்லாமல் ரத்னமும் பக்கிரியும் அடி உதை வாங்குகிறார்கள்.

நாதஸ்வரம் வாசிப்பவர்கள் தாழ்ந்த சாதி என்பதால்தான் இந்த அவமானம் என்று பக்கிரி கருதுகிறான். அவன் இளைஞன், அதனால் கோபம் கொள்கிறான். பக்கிரி கோவிலுக்கு அருகிலிருந்த வைக்கோல் போருக்குத் தீ வைக்கிறான். அது பந்தலுக்குப் பரவியது, அதில் இருவர் உயிரிழக்கிறார்கள். இரண்டு ஊர்களுக்கிடையான கலவரமாக மாறுகிறது.

பக்கிரியும் ரத்தினமும் போலீஸ்க்குப் பயந்து தலைமறைவாகிறார்கள். ஊர் ஊராகத் திரிகிறார்கள். அந்த ஊர்களெல்லாம் இவர்களுக்குப் பழக்கமான ஊர்கள், இவர்கள் நாதஸ்வரம் கற்றுக் கொண்ட ஊர்கள், நாதஸ்வரம் வாசித்த ஊர்கள், சிறந்த நாதஸ்வரக் கலைஞர்கள் வாழ்ந்த ஊர்கள்.. இவ்வாறு சுருள் சுருளாக விரியும் இவர்களின் நினைவுகள்தான் சஞ்சாரம் நாவல்.

நாவலின் இறுதியில் ரத்னமும் பக்கிரியும் கைது செய்யப்படுகிறார்கள்.. சஞ்சாரம் ஒரு திரில்லர் கதை கிடையாது. அதனால் போலீஸ் தேடுதல், கைது நடவடிக்கையெல்லாம் நாவலைப் படிப்பவர்களின் மனதைப் பாதிப்பதில்லை.

சஞ்சாரம் நாவல் நாதஸ்வரம் தொடர்புடைய கதைகளை கதம்ப மாலை போல் தந்திருக்கிறது. பல கிளைக் கதைகளின் சங்கமமாக இருக்கிறது. கிளைக் கதைகள் நாதஸ்வரம் தொடர்புடையவை. அவை

நாதஸ்வரக் கலைஞர்களின் வியக்கத்தக்க மற்றும் வேதனைக்குரிய கதைகள் ஆகும். நாதஸ்வரத்தின் பெருமையைச் சொல்வதற்காக அரட்டானம் லட்சய்யாவிடமிருந்து முதல் கிளை கதை தொடங்குகிறது..

அரட்டானத்தில் சிவன் கோவில் இருக்கிறது. கி.பி. 1311ல் மாலிக்காபூர் தமிழ்நாட்டைக் கொள்ளையடிக்கப் படையெடுத்த போது அரட்டானம் வருகிறான். எல்லோரும் உயிருக்குப் பயந்து ஓடிப் போகிறார்கள். ஆனால் நாதஸ்வரக் கலைஞன் லட்சய்யா கோவிலில் இருக்கிறான்.

மாலிக்காபூர் கோவிலுக்குள் நுழைந்த போது நாதஸ்வர இசை கேட்கிறது. மாலிக்காபூரை இசை மயக்குகிறது, லட்சய்யாவைப் பார்க்கிறான்.

'என் நாதஸ்வர இசையின் சக்தியால் கல் யானையின் காதை அசைய வைக்கிறேன். கோவிலைக் கொள்ளையடிக்கக் கூடாது' என்று லட்சய்யா சொல்கிறார்.

மாலிக்காபூர் ஒப்புக் கொள்கிறான். லட்சய்யாவின் இசை கேட்டு கல் யானையின் காது அசைகிறது, மாலிக்காபூர் கோவிலைக் கொள்ளை அடிக்காமல் போகிறான்.

கரிசல் பூமியைப் பற்றி நிறைய கிளைக் கதைகளை எஸ்.ரா. சொல்கிறார்.

கரிசலுக்கு மழை இல்லாமல் போனதற்கு ஒரு கதை இருக்கிறது. கறுப்புக் கடலான கரிசல் மழை இல்லா பூமி, வறட்சி அங்கு வாழ்கிறது. கரிசல் கிராமங்களில் மேல் ஊரோடி பறவைகள் பறந்து வருகின்றன. மண்ணு வேணுமா? பொண்ணு வேணுமா? என்று கேட்கின்றன. மக்கள் மண்ணு என்று பதிலளித்தார்கள். ஊரோடிகள் இறங்கி வந்து நெல் தின்று விட்டு மழை தந்து போகின்றன.

ஒரு சமயம் மக்கள் ஊரோடிகளைப் புறக்கணித்தனர். அன்று முதல் மழை இல்லாமல் போனது என்கிறது கதை.

இன்னொரு கதை கரிசலில் சூறைக்காற்று வீசுவதற்கான காரணத்தைக் கூறுகிறது.

பொம்மக்காபுரம் கிராமத்திற்கு ஓர் இடையன் ஆடுகளை மேய்த்து வருகிறான். இரவில் தங்குகிறான். அவனுடைய 50 ஆடுகள் திருடு போயின. இடையன் தற்கொலை செய்து கொள்கிறான். அவன்தான் சூறைக் காற்றாக சுழன்று சுழன்று தன் ஆடுகளைத் தேடுவதாகக் கதை சொல்கிறது.

கரிசலில் திருடனுக்குத் தரப்படும் தண்டனை வேடிக்கையாகத் தெரிந்தாலும் வேதனையானது; ஒரே நேரத்தில் ஏழு வீட்டு சாப்பாட்டை சாப்பிட வேண்டும். சாப்பாடு என்பது கும்பா நிறைய சோளக் கஞ்சியும் கம்பங்கஞ்சியுமாகும். சாப்பாடு தண்டனை பெற்றவன் ஜென்மத்திற்கும் திருடுவதில்லை.

ஒரு வெள்ளைக்காரன் நாதஸ்வரம் கற்றுக்கொள்ள சித்தேரி மடத்திற்கு வருகிறான். அங்கு தான் பக்கிரியும் நாதஸ்வரம் வாசிக்கக் கற்றுக் கொண்டான். வெள்ளைக்காரன் நன்றாகவே நாதஸ்வரம் கற்றுக் கொள்கிறான். அந்த ஊரிலுள்ள வண்ணாத்தியுடன் தொடர்பு ஏற்பட்டு திருமணமும் செய்து கொள்கிறான்.

தன்னாசி என்கிற நாதஸ்வரக் கலைஞரனின் கதை உருக்கமானது.. பார்வையற்றவனாக அவன் நாதஸ்வர மேதையாகிறான். அவனுடைய இசை வாழைக்காயைப் பழுக்க வைக்கிறது. அம்மை நோயைப் குணமாக்குகிறது.. அவன் வாழ்வின் சோகம் விரும்பிய பெண் சரஸ்வதியின் தற்கொலை.. தன்னாசி தாசிகளிடம் தஞ்சமடைகிறான். சம்பாத்தியம் எல்லாம் இழக்கிறான், அவன் மேல் உண்மையான அன்பு கொண்ட தாசி தன்னாசிக்கு சமாதி கட்டுகிறாள்.

நாதஸ்வரக் கலை சிறப்போடு இருந்த காலத்தை நாவல் பதிவு செய்திருக்கிறது. ஓராண்டிற்கும் மேலாக நாதஸ்வர இசைக் கலைஞர்களைப் பற்றி விவரங்களை சேகரித்து சஞ்சாரம் நாவலை எஸ்.ரா. எழுதியிருக்கிறார். இது நாவல் அல்ல; நாதஸ்வரக் கலைஞர்களைப் பற்றிய ஆவணம்.

நாதஸ்வரக் கலையின் இன்றைய நிலையைப் பற்றி தமிழ்ச் சமூகத்தின் அக்கறையை இந்நாவல் கோருகிறது.

நாதஸ்வரக் கலை மங்கள இசை தான். ஆனால் மரியாதை இல்லை. கற்பவர்கள் இல்லை. மேதைகள் இல்லை. செத்துப் போன பண்பாட்டின் ஆவியாக நாதஸ்வரக் கலை திரிகிறது.

சஞ்சாரம் நாவலின் வடிவம் பற்றி விமர்சனம் உண்டு. அதற்கு எஸ்.ரா. நாவலின் வடிவத்தை ஆரஞ்சுப் பழத்திற்கு உவமிக்கிறார். கிளைக் கதைகள் தனித்தனிச் சுளையாக இருந்தாலும் பழம் தானே!

‘சஞ்சாரம்’ நாவலுக்கான சாகித்ய அகடமி விருது எஸ். ரா. வின் ஒட்டு மொத்தப் படைப்புகளுக்கான விருது என்கிறார்- பவா செல்லத்துரை. இந்தக் கருத்தும் கவனத்திற்குரியது.

▼

18

செல்லாத பணம்

2020-ஆம் ஆண்டுக்கான சாகித்ய அகடமி விருது வென்ற நாவல் செல்லாத பணம். நாவலை எழுத்தாளர் இமையம் படைத்துள்ளார். இமையத்தின் இயற்பெயர் அண்ணாமலை. இவர் பள்ளி ஆசிரியர்.

இமையத்தின் முதல் நாவல் கோவேறு கழுதைகள். முதல் நாவலே வாசகர்களின் கவனத்தைப் பெற்றது. அந்த நாவல் வெளியாகி 30 ஆண்டுகள் ஆகிவிட்டன.

ஆறுமுகம், செடல், எங்கதை, பெத்தவன், வாழ்க வாழ்க என மேலும் 5 நாவல்கள் வந்துள்ளன. செல்லாத பணம் 2018-ல் வெளிவந்தது.

இமையம் எதார்த்த எழுத்தாளர். அடித்தட்டு மக்களின் வாழ்க்கையை எழுதுகிறவர்.

பணம் செல்லாமல் போகும் ஒரு தருணத்தை மையமாக வைத்து 'செல்லாத பணம்' நாவல் எழுதப்பட்டுள்ளது.

நூலின் அட்டைப் படமே கதையைச் சொல்லி விடும். ஒரு பெண் தீயில் எரிகிறாள்.

அந்தப் பெண்ணின் பெயர் ரேவதி.

ரேவதி கொளுத்திக் கொண்டாளா? கொளுத்தப்பட்டாளா? கதையில் தெளிவாக சொல்லப்படவில்லை. கதையின் நோக்கமும் அதுவல்ல.

ரேவதி யார்? இன்ஜீனியருக்குப் படித்தவள். அவளுக்கு ஏன் இந்த அவல நிலை வந்தது? கதையைப் பார்ப்போம்.

ரேவதி ரவியைக் காதலிக்கிறாள். அவனைத் திருமணம் செய்து கொள்வதில் உறுதியாக இருக்கிறாள்.

இங்கு தான் பிரச்சனை ஆரம்பிக்கிறது.

நாவலின் முதல் அத்தியாயம் இந்தச் சிக்கலை விவரிக்கிறது. ரேவதியின் அம்மா அமராவதி. அப்பா நடேசன் மேல்நிலைப்பள்ளி தலைமையாசிரியர்; அண்ணன் முருகன் ஐ.டி. இன்ஜீனியர். இவர்கள் ரேவதியின் காதலை ஏற்கவில்லை.

அம்மா ரேவதியிடம் கேட்கிறாள்.

யாரடி அவன்?

ரவி

என்ன செய்கிறான்?

ஆட்டோ ஓட்டுகிறான்.

ஆட்டோக்காரனையா காதலிக்கிற?

அவன் என்ன ஜாதி?

அகதி

அகதி என்றது ஒரு ஜாதியா?

பர்மா அகதி

படித்தவனா?

படிக்காதவன்.

பிறகு என்ன தகுதி அவனுக்கு இருக்குன்னு காதலிக்கிற?

தெரியல! இது ரேவதியின் பதில்!

ரவி ரேவதியின் பெயரை உடம்பு முழுவதும் பச்சைக் குத்திக் கொண்டிருக்கிறான். தன்னைக் கல்யாணம் பண்ணிக்கச் சொல்லி கையை பிளேடால் கீறிக் கொள்கிறான்.

ரேவதி செய்வதறியாது நிற்கிறாள்.

ரவி ஒரு குடிகாரன், பொறுக்கி, தெருவில் சண்டை போடுகிறவன், வசதி இல்லாதவன்.

ரேவதி அவனிடம் மயங்கி விட்டாள், ஆண் பெண்ணைக் கொண்டாடினால் மயங்கி விடுகிறார்கள்.

பெற்றோர் எதிர்ப்புக்கும் பயனில்லை. ரேவதிக்கு வேறு மாப்பிள்ளை பார்க்கிறார்கள். ரேவதி தற்கொலைக்கு முயற்சி செய்கிறாள்.

பெற்றோர் பயந்து ரேவதிக்கு ரவியைத் திருமணம் செய்து வைக்கிறார்கள்.

ரேவதி-ரவி திருமண வாழ்க்கை 6 வருடங்கள் கடக்கின்றன. இரண்டு குழந்தைகள் இருக்கின்றன. திருமணம் ஆன ஒரு மாதத்திலே தம்பதிக்குள் சண்டை தொடங்குகிறது. ரவி குடித்து விட்டு வந்து ரேவதியை அடிக்கிறான், உதைக்கிறான், ரவி அநியாயத்திற்கு ரேவதியை சந்தேகப்படுகிறான்.

ரேவதி அம்மாவிடம் மட்டும் இந்த விஷயத்தைச் சொல்கிறாள். அம்மா கேட்கும் போதெல்லாம் பண உதவி செய்கிறார்.

ரேவதி குடும்பத்திற்குப் பெரிய அவமானத்தை, தலைக்குனிவைக் கொண்டு வந்து விட்டதாக அப்பாவும் அண்ணனும் ஒதுங்கி விடுகிறார்கள்.

ரேவதி தீக்குளித்த செய்தி வருகிறது. பெற்றோர் பதறுகிறார்கள். மகளைப் பார்க்க ஓடுகிறார்கள். மகளைக் காப்பாற்ற அப்பாவும் தங்கையைக் காப்பாற்ற அண்ணனும் துடிக்கிறார்கள். 10 லட்சம் ரூபாயை டாக்டர் முன் வைத்து காப்பாற்றச் சொல்லித் துடிக்கிறார்கள்.

ரேவதியின் உடம்பில் 90% தீக்காயம், கோடி கோடியாகக் கொடுத்தாலும் அவளைக் காப்பாற்ற முடியாது. பணம் செல்லாமல் போகிற இடம் இதுதான். இந்த இடத்தை களமாக்கி ஓர் உணர்ச்சிக் கரமான நாவலை இமையம் எழுதியிருக்கிறார்.

ரேவதி பாண்டிச்சேரி ஜிப்மர் மருத்துவமனையில் சேர்க்கப்பட்ட பிறகு பயங்கரமும் துயரமும் இருட்டும் அழுகையும் நிறைந்த தீ விபத்து வார்டுக்குள் நம்மை நாவல் சிக்க வைக்கிறது.

ரேவதி தீக்குளித்த சம்பவம் ஒவ்வொரு பாத்திரத்தையும் எப்படி பாதிக்கிறது. அவர்களின் மன உணர்வுகள் என்ன என்பதை நாவல் மிக அழுத்தமாக சித்தரிக்கிறது.

ஒரு பெண் தீக்குளித்தால் அவள் படும் வேதனை, அப்பெண்ணைப் பெற்றவர்கள் உறவினர்கள் படும் வேதனையை அருகில் இருந்தது பார்த்தது போல் இமையம் எழுதியிருக்கிறார். அதனால் முழுமையான வாசக அனுபவம் சாத்தியமாகியிருக்கிறது.

மருத்துவமனைக் காட்சிகள், போலீஸ் ஸ்டேஷன் காட்சிகளெல்லாம் கண்ணாடியில் பார்ப்பது போல் நம் கண் முன் விரிகிறது உண்மை. இதுவே இந்நாவலின் சிறப்பு.

ரேவதியின் பிணம் தரப்படுகிறது. தோல் உரிக்கப்பட்ட பாம்பு போல் அவள் உடல் இருக்கிறது. அதைப் பார்த்த அம்மா அமராவதி அழுது புலம்பும் வரிகளை கண்ணீரோடுதான் நாம் படிக்க முடியும். பிணத்தினுடைய முகத்திலிருந்து கால் வரை இரண்டு கைகளாலும் ஆசையுடன் கைக் குழந்தையைத் தடவிப் பார்ப்பதுப் போல் தடவிப் பார்த்தாள். பிணத்தின் முகத்தோடு தன்னுடைய முகத்தை வைத்து அழுத்தினாள். 'தூங்கிட்டியா அம்மா? தூங்கு. இனி ஒனக்கு எந்தத் தொந்தரவும் இல்ல. தப்பு செஞ்சிட்டோமேன்று இனி நீ அழுவ மாட்ட, எந்த நாயும் இனி ஒன்ன அடிக்க முடியாது. ஒதைக்க முடியாது. இனி அடிக்கு பயந்துகிட்டு எதுத்த வீடு, பக்கத்து வீடுன்னு நீ ஓடி ஒளிய வேண்டியதில்ல. அம்மாவுக்குத் தெரிஞ்சிருமோன்னு எதயும் நீ மனசுல போட்டு மறைக்க வேண்டியதில்லை. எங்கம்மாகிட்ட சொல்லிடாதிங்கன்னு யாருகிட்டயும் கெஞ்ச வேண்டியதில்ல.... நீ சாவலடி என் தங்கமே. ஒன்னோட அம்மா நான் செத்தாத்தான் நீ சாவ. என் உசுரு இருக்க மட்டும் நீ என் நெஞ்சில இருப்பம்மா. என் பெண்ணே நல்லாத் தூங்கு..."

'செல்லாத பணம்' நாவல் பல கேள்விகளை எழுப்புகிறது. கல்வி நம் பெண் பிள்ளைகளை எப்படி உருவாக்கி இருக்கிறது? பெற்றோருக்கு இருக்கும் (சாதி, மதம், அந்தஸ்து பார்த்தல்) பிற்போக்கு எண்ணங்கள் இன்னும் ஒழிந்து விடவில்லை என்பதையும் சுட்டிக் காட்டுகிறது.

நம் சமூகத்தில் பெண்ணுரிமை இல்லை; ஆணாதிக்கம் தலை விரித்தாடுகிறது. பெண்கள் தான் தீக்குளிக்கிறார்கள் என்று பெண்களின் மீதான குடும்ப வன்முறையை நாவல் வலுவாகச் சொல்லி இருக்கிறது.

சமூக எதார்த்தத்தை செல்லாத பணம் படம் பிடித்துக் காட்டுகிறது. படித்து முடித்த பிறகு நமக்குள் ஏற்படும் மனவலி தவிர்க்க முடியாத ஒன்று.

▼

19

சிவப்புக் கழுத்துடன் ஒரு பச்சைப் பறவை

2021-ஆம் ஆண்டுற்கான சாகித்ய அகடமி விருது 'சிவப்புக் கழுத்துடன் ஒரு பச்சைப் பறவை' என்கிற சிறுகதைகள் தொகுப்பிற்குக் கிடைத்தது.

அதை எழுதியவர் தமிழின் மிகச் சிறந்த எழுத்தாளர்களில் ஒருவரான அம்பை ஆவார்.

இவர் கோவையில் பிறந்தவர், தற்போது பம்பாயில் வசிக்கிறார். அம்பையின் இயற்பெயர் சி.எஸ்.லட்சுமி.

தனது 16-ஆவது வயதில் குழந்தைகளுக்காக எழுதியவர். 1950-களில் பெண்களுக்காக உருவாக்கப்பட்ட விழுமியங்களைக் கேள்வி கேட்கும் எழுத்தாளராக எழுத ஆரம்பித்தார்.

பெண்களுக்கான சமூக ஒழுக்கங்கள் கடுமையாக இருந்த காலத்தில் 'ஏன் பெண்களுக்கு மட்டும் இப்படியெல்லாம்?' என்று கேள்வி கேட்கிறவராக அம்பை இருந்தார்.

அவர் எழுத்துகளில் ஆண் வெறுப்பு இல்லை. ஆனால் அவை பெண்களுக்கு நெருக்கமான எழுத்து.

பெண் என்பவள் சுதந்தரமாகச் செயல்படுபவளாக இருக்க வேண்டும். எந்த வகையிலும் குறைத்து மதிப்பிடப் படாமல் இருப்பது தான் பெண்ணியம் என்பது அவரது கருத்து.

'ஓர் ஆண் என்பவன் எப்படி இருக்க வேண்டுமென்று எந்த ஆண் எழுத்தாளரிடமும் கேள்வி ஏன் கேட்பதில்லை? என்று அம்பை ஒரு பேட்டியில் கேட்டிருக்கிறார்.

எழுத்தின் மூலம் மட்டும் மாற்றம் வராது. புனைவு எழுத்து என்ன மாற்றம் கொண்டு வர முடியும்? என்று கேட்டிருக்கிறார்.

களத்தில் இறங்கி வேலை செய்ய வேண்டும் என்பது அவரது கருத்து. SPARROW (Sound & Picture Archives for Research on Women) நிறுவனத்தின் பொறுப்பாளராக அம்பை இருக்கிறார்.

அம்பை நாவல் எழுதவில்லை. சிறுகதைகள் எழுதுவதே அவருக்கு விருப்பமானது.

சிறகுகள் முறியும், வீட்டின் மூலையில் ஒரு சமையலறை, காட்டில் ஒரு மான், வற்றும் ஏரியின் மீன்கள், ஒரு கறுப்புச் சிலந்தியுடன் ஓர் இரவு, அந்தேரி மேம்பாலத்தில் ஓர் சந்திப்பு, சிவப்பு கழுத்துடன் ஓர் ஒரு பச்சைப் பறவை, ஸாரஸ் பறவை ஒன்றின் மரணம் ஆகியவை இவரின் சிறுகதைத் தொகுப்புகளாகும்.

கனடா விளக்கு அமைப்பு வழங்கும் புதுமைப் பித்தன் விருது, தமிழக அரசின் கலைஞர் பொற்கிழி விருது, டொரான்டோ, சென்னைப் பல்கலைக் கழகங்கள் வழங்கிய விருதுகளைப் பெற்றுள்ளார்.

'விருதுகள் தற்செயலானவை' எதுவும் சாதித்ததாகத் தோன்றவில்லை; என்று அம்பை கூறியிருக்கிறார்.

எனினும் தமிழகம் தாண்டி அறியப்பட்ட எழுத்தாளராக அம்பை இருக்கிறார்.

'சிவப்புக் கழுத்துடன் ஒரு பச்சைப் பறவை' தொகுப்பில் 13 சிறுகதைகள் உள்ளன.

1) தொண்டை புடைத்த காகம்

இறந்த கால நினைவுகள் தான் கதைகளாக மாறுகின்றனவா? அம்பையிடம் அப்படித்தான் என்று தோன்றுகிறது.

இறந்து போன அப்பாவின் நினைவுகளில் கல்யாணி மூழ்கிக் கிடக்கிறாள். அவள் சமையலறையில் தோசைக் கல்லை அடுப்பில் போட்டவுடன் வரும் தொண்டை புடைத்த காகம் ஒன்று அவளைக் கவருகிறது.

மரணத் தறுவாயில் அப்பாவுக்குத் தொண்டையில் காப்பி இறங்கவில்லை. அதை நினைத்துக் கொண்ட கல்யாணி அப்பாதான்

காகமாக வந்திருப்பதாக நினைக்கிறார். கடைசிக் காலத்தில் அப்பாவுக்கு ஞாபக மறதி அதிகம். 'காலேஜ்க்குப் போகிறேன் என்று அப்பாவிடம் கல்யாணி சொன்ன போது, 'பி.ஏ. ஒழுங்காக படிச்சுப் பாசாகணும் என்கிறார் அப்பா.

கல்யாணி பி.எச்.டி. முடிச்சி ப்ரொபசரா இருப்பது அவருக்கு மறந்து போயிருந்தது. அவருக்கு சாப்பிட்டது மறந்து போகிறது. மனைவி இறந்ததும் நினைவில் இல்லை.

அடிக்கடி சமையலறை ஜன்னலுக்கு வந்து கரையும் காகத்தினால் தான் பழைய நினைவுகள் வருகின்றன. கல்யாணிக்குக் கோபம் வருகிறது. காகத்தை விரட்டுகிறாள்.

ஒருநாள் பேருந்தில் போகும் போது அந்தக் காகம் சாலையில் விழுந்து இறந்துக் கிடப்பதைப் பார்க்கிறாள். ஒரு காக்கைக் கூட்டமே கரைந்த படி வருகின்றன என்று கதை முடிகிறது.

2) சாம்பல் மேல் எழும் நகரம்

மகா பாரதத்தில் இந்திரப் பிரஸ்தம் உருவாக்க வனங்களும் வனம் சார் வாழ்க்கையும் எரிக்கப்படுகின்றன. இதைப் பார்த்து தர்மர் வருந்துகிறார். இயற்கை வனங்களை அழித்தால்தான் நகரம் உருவாகும் என்பது கிருஷ்ணரின் பதிலாக இருக்கிறது.

பம்பாய், சென்னை போன்ற நகரங்களும் சாம்பல் மேல் உருவானவைகள் தான். 75 வயது ஊர்மிளா தாயி தற்கொலைக்குக் குடும்பப் பிரச்சனைகள் மட்டும் காரணமில்லை. அவர்கள் வாழும் பழங்கட்டிடம் இடிக்கப்பட்டு அடுக்குமாடிக் குடியிருப்புகள் கட்டப்பட இருக்கின்றன. 95 வயது மாமியார்; 60 வயது மன வளர்ச்சிக் குன்றிய நாத்தனார் இருக்கிறார்கள்.

குடும்பப் பிரச்சனையையும் சமூகப் பிரச்சனையையும் இணைத்து அழகாக கதை சொல்லி இருக்கிறார் அம்பை.

3) பயணம் 21

இத் தொகுப்பில் 70வயதிற்கு மேல் உள்ள முதிய பெண்களைப் பற்றிய கதைகளை அம்பை எழுதியிருக்கிறார்; 'பயணம் 21' அதில் ஒன்று.

காமும்மா நடனம் கற்றவள். ஆடக் கூடாது என்று கணவன் தடை செய்த போது வயிற்றில் மூன்று மாதக் குழந்தையுடன் வெளியேறியவள் மிருதங்கக் கலைஞன் ராஜப்பாவுடன் திருமணம் செய்து கொள்ளாமல் வாழ்க்கை நடத்துகிறாள்.

ராஜப்பாவின் மரணத்திற்குப் பிறகு காமும்மா அவன் நினைவுகளுடன் வாழ்கிறாள். அவளைப் பற்றி மத்திய அரசு வெளியிட்ட சிறு பிரசுரம் அரசு கிடங்கில் கிடக்கிறது. அதை வாங்கித் தரும்படி மகள் அனன்யாவைக் கேட்கிறாள். அம்மாவின் விருப்பத்தை அனன்யா நிறைவேற்றுவதுதான் கதை.

4) பயணம் – 22

ஸ்வீடனில் நடைபெறும் ஒரு புத்தகச் சந்தைக்கு அவள் வந்திருந்தாள். மரியாவின் நட்பு கிடைக்கிறது.

மரியாவின் மூலம் பின்லாந்தில் நடைபெறும் புத்தகச் சந்தைக்கும் போகிறாள்.

கிறிஸ்தவ கன்னியாஸ்தீரிகள் நிர்வகிக்கும் மடத்தில் அவள் தங்குகிறாள். அங்கு இந்தியக் கன்னியாஸ்தீரிகளைச் சந்திக்கிறாள்.

மங்களூரைச் சேர்ந்த இளம்பெண்கள் கன்னியாஸ்தீரிகளாக ஆக்கப்பட்டு 'சர்ச்' களில் வேலை வாங்கப் படுகிறார்கள். அதை அவர்கள் ஏசுவுக்கு செய்யும் தொண்டு என்று நினைக்கிறார்கள். இது ஒரு வகை சுரண்டல் என்கிறது கதை.

5) பயணம் – 23

இது ஒரு ஜப்பான் பயணம் பற்றிய கதை. அவள் தோழி நிருபமாவுடன் நேர்ந்த விவாதங்கள், சண்டை சிரிப்பு, அதீத உற்சாகம் கதையில் வருகின்றன.

ஒரு மொழியின் சொற்கள் வேறு மொழியில் ஆபாசமான அர்த்தம் தருவது பற்றி விவாதித்துக் கொள்கிறார்கள். (உதாரணம்) லிங்கம்

பாரதியின் 'அக்கினிக்குஞ்சு' கவிதையும் விவாதத்திலிருந்து தப்பவில்லை.

6) வீழ்தல்

அம்பை தமிழில் எழுதும் கதைகளில் சமஸ்கிருதம், இந்தி, தெலுங்கு, கன்னடம், ஆங்கிலம் என் பிற மொழிச் சொற்களும் சாதாரணமாக கலக்கின்றன.

கதைமாந்தர் பல மாநிலங்களிலும் நாடுகளிலும் வாழ்கிறவர்களாக இருக்கிறார்கள்.

அம்பையும் தமிழ் நாட்டிற்குள் வாழ்கிறவர் அல்ல.

வீழ்தலும் அப்படிப்பட்டவர்களின் கதைதான். சத்யாவும் கமலாவும் கணவன்-மனைவி பம்பாயில் வசிக்கிறார்கள். மகன் ஆதி அமெரிக்காவில்.

சத்யாவுக்கு 75 வயது - கமலாவுக்கு 72 வயது. காலாவதியாகும் வயது என்கிற மகன் ஆதியோடு ஒட்டுதல் இல்லை.

சத்யாவின் மூளையில் கட்டி, அவனுடைய மரணத்திற்குப் பிறகு சத்யா தற்கொலை முடிவு எடுக்கிறாள். அதை நிறைவேற்றவும் செய்கிறாள். மனதைத் தொடும் கதை.

7) சிவப்புக் கழுத்துடன் ஒரு பச்சைப் பறவை

இத்தொகுப்பின் தலைப்பு கதை நீளமான கதை, வசந்தன்-மைதிலி இருவரும் பம்பாயில் வசிக்கிறார்கள்.

வசந்தன் விளம்பரம் நிறுவனம் ஒன்றில் வேலை செய்கிறான். அந்த நிறுவனத்திற்கு படிக்க வந்த மைதிலியைத் திருமணம் செய்து கொள்கிறான். அவர்களுக்குக் குழந்தை இல்லை.

ஒரு மருத்துவ மனையில் சிசிச்சை மேற்கொள்கிறார்கள். பயனில்லை. அந்த மருத்துவமனையில் பிறந்த குழந்தையைத் தத்தெடுத்து வளர்க்கிறார்கள்.

குழந்தைக்குத் தேன்மொழி என்று பெயர் வைக்கிறார்கள். தேன்மொழிக்குக் காது கேட்கவில்லை. அதனால் பேசுவதிலும் பிரச்சனை.

தேன்மொழி பேசுபவர்களின் உதடுகள் அசைவை வைத்து மறுமொழி சொல்லுவாள்.

சைகையையும் பயன்படுத்துகிறாள். அது வசந்தனுக்குப் பிடிக்கவில்லை. பேசச் சொல்லுகிறான்.

தேன்மொழி நுண்கலைக் கல்லூரியில் படிக்கிறாள். கல்லூரியில் எட்வின் என்கிற பையனுடன் பழகுகிறாள். அவனுடன் சைகை மொழியில் பேசுகிறாள். வசந்தன் தடை சொல்லுகிறான்.

காது தொடர்பாக காக்னியர் அறுவை சிகிச்சை செய்ய வசந்தன் விரும்புகிறான். தேன்மொழி ஏற்கவில்லை.

வசந்தனுக்குக் கோபம் வருகிறது. எரிச்சல் வருகிறது. எல்லோர் மீதும் வெறுப்பு, வீட்டை விட்டு சொல்லிக் கொள்ளாமல் போய் விடுகிறான்.

மைதிலியும் தேன்மொழியும் வசந்தனைத் தேடுகிறார்கள்

காஷ்மீரில் ரிஷிகேஷ்க்கு அருகில் தானோல்டியில் 'கூங்கா பாவா' எனும் பெயரில் வசந்தன் சாமியாராக இருக்கிறான்.

வசந்தனை இருவரும் பார்த்தும் பார்க்காமலே திரும்புகிறார்கள்.

டேராடூனுக்கு பஸ்சில் வரும் போது வசந்தன் வீட்டுக்கு வந்து விட்டதாக மைதிலிக்கு எண்ண மயக்கம் வருவது கதையில் ரசனையான இடம்.

'மொழி ஒரு தொடர்பு ஒலி இல்லாமலும் அது நேரலாம்' என்ற தேன்மொழியின் கட்டுரை குறிப்போடு கதை முடிகிறது.

8) வில் முறியாத சுயம்வரங்கள்

சாந்தி வேலையிலிருந்து ஓய்வு பெறும் வயதில் இருக்கிறார். கணவர் இறந்து இரண்டு ஆண்டுகள் ஆகின்றன.

சாந்தியின் மகளும் மகனும் வெளிநாட்டில் வாழ்கிறார்கள். அம்மா தனியாக வாழ்வது பற்றி கவலையடைகிறார்கள்.

அதனால் மூத்த விதவைகளுக்கான சுயம்வரத்தில் கலந்து கொண்டு ஒரு துணைவரைத் தேடிக்கொள்ள அம்மாவை வற்புறுத்துகிறார்கள்.

சாந்தி அதை மறுக்கிறார். தன்னுடைய கல்லூரி வயதில் தன்னை ஒருதலையாகக் காதலித்த நந்துவை இப்போது ஏற்றுக் கொள்கிறார்.

அம்பையின் வித்தியாசமான கதை.

9) பொய்கை

மிகவும் வித்தியாசமான கற்பனைக் குழுவாக ஒரு வன நடைப் பயணத்தில் அவன் இருக்கிறான். ஆண்கள் மட்டுமே.

அவன் மட்டும் குழுவிலிருந்து பிரிந்து காட்டுக்குள் செல்கிறான்; எதிரே தெரிந்த பொய்கையில் மூழ்கி எழுந்த போது பெண்ணாகப் மாறுகிறான். அவனுக்கு அதிர்ச்சி!

குழுவில் உள்ளவர்களிடம் தெரியப்படுத்துகிறான். அவர்கள் நம்பவில்லை.

இரவில் குழுவிலுள்ள சிலரால் பலாத்காரம் செய்யப்படுகிறான். இரண்டு பேர் துணையுடன் உடலை தூய்மை செய்ய அதே பொய்கையில் நீராடுகிறான். மீண்டும் ஆணாகி விடுகிறான்.

புராண காலத்தில் ஆண்கள் பெண்களாக மாறிய செய்திகள் இச்சிறுகதையில் பேசப்படுகின்றன. ஆணுடல், பெண்ணுடல் பற்றிய சிறு விவாதமும் வருகிறது.

10) 1984

இந்திரா காந்தி கொலை செய்யப்பட்டதை ஒட்டி சீக்கியர்கள் மீது டில்லியில் நடத்தப்பட்ட படுகொலைத் தாக்குதலைப் பற்றிய கதை இது.

கலவரத்தை முன்னின்று நடத்தியவர்களுக்குப் பின்னால் என்ன நடந்தது என்பதை கதை சொல்லுகிறது.

டில்லி கலவரத்தில் பெற்றோரை இழந்த ஒரு சீக்கியப் பெண்ணின் துயரத்தையும் இக்கதை பேசுகிறது.

11) குதிரைக்காரி

காதலனால் ஏமாற்றப்பட்ட ஒரு பெண்ணின் கதை. குதிரை மூத்திரத்தைத் தேய்த்தால் தலைமுடி கொட்டுவது நிற்கும்; நல்ல பள பளன்னு கரு கருன்னு முடி வளரும் செய்தி கதையில் வருகிறது.

12) இரண்டு வெற்று நாற்காலிகள்

லூயிஸா, அவளுடைய அம்மா எமிலியா, அப்பா நிகில் பட்டாசார்யாவின் கதை இது. இந்தியர்கள் என்றாலும் ஜெர்மனியில் வாழ்கிறவர்கள்.

நிகில் ஹிப்பி கலாசாரத்தில் ஈடுபட்டவன். அந்தக் குழுவில் எமிலியாவும் இருந்தாள். இருவரும் கஞ்சா அடிக்கும் பழக்கம் உடையவர்கள்.

நிகில் ஜெர்மனியில் மேற்படிப்பை முடிக்கும் போது எமிலியாவைச் சந்தித்தான். அவளைத் திருமணம் செய்து கொண்டான்.

எமிலியா நிகிலை விட இருபது வயது இளையவள். முதல் திருமணம் விவாகரத்தில் முடிந்திருந்தது. லூயிஸா அப்போது பிறந்தவள். லூயிஸாவைப் பொருத்தவரை நிகிலைத்தான் அப்பாவாக நினைத்தாள். நிகிலும் அவளுக்குத் தந்தை ஸ்தானத்தைக் கொடுத்தான்.

எமிலியா இசைக் கலைஞர். லூயிஸாவுக்கும் இசை தெரியும். லூயிஸா நடத்தும் இசை விழாவில் பிறப்பு தந்த ஹர் ஹரீமன் ஷ்னைடருக்கும், வளர்ப்பு தந்தை நிகில் பட்டாசார்யாவுக்கும் இரண்டு வெற்று நாற்காலிகள் போட்டு வைக்க சம்மதிக்கிறாள். காரணம் இருவருமே அவளுடைய வாழ்வில் நன்றிக்குரியவர்கள் என்பதுதான்.

அம்பையின் கதைகள் தனித்துவமானவை. அயலகத் தமிழர்களின் வாழ்வை அவருடைய கதைகள் பிரதிபலிக்கின்றன. அவர்களில் பெரும்பாலோர் பெண்கள் என்பது குறிப்பிடத்தக்கது. பெண் கதாசிரியை பெண்களை மையப்படுத்துவதில் ஆச்சரியம் ஒன்றுமில்லை தானே!

▼

20

நீர் வழிப் படூஉம்

நீர் வழிப் படூஉம் 2023-ஆம் ஆண்டுக்கான சாகித்ய அகடமி விருது பெற்ற நாவலாகும். இந்நாவலை எழுத்தாளர் தேவி பாரதி எழுதியிருக்கிறார்.

1980-ஆம் ஆண்டு முதல் தேவி பாரதி எழுதி வருகிறார். தாமரை, செம்மலர், தீபம், கணையாழி, காலச்சுவடு முதலிய இதழ்களில் சிறுகதைகளையும் கட்டுரைகளையும் எழுதியிருக்கிறார்.

நிழலின் தனிமை, நடராஜ்மகராஜ், நீர் வழிப் படூஉம், நொய்யல் ஆகியவை அவருடைய நாவல்களாகும். இதில் நீர் வழிப் படூஉம் சாகித்திய அகடமி விருது பெற்று வாசகர்களின் கவனத்தை ஈர்த்திருக்கிறது.

ஈரோடு மாவட்டம் மொடக்குறிச்சி உயர்நிலைப் பள்ளியில் இளநிலை உதவியாளராகப் பணியாற்றி விருப்ப ஓய்வு பெற்றவர். தற்போது வசிப்பது திருப்பூர் மாவட்டம் வெள்ளக்கோவிலில்.

2015-ஆம் ஆண்டில் நடந்த சாலை விபத்தில் தேவி பாரதி படுகாயமடைந்தார். படுக்கையிலிருந்த அவருக்கு பேச முடியாத நிலை ஏற்பட்டது. அந்நேரத்தில் அவர் எழுதிய நீர் வழிப் படூஉம் நாவல் மற்றவர்களைப் பேச வைத்திருக்கிறது. திருக்குறளில் நீர் வழிப் படூஉம்' என்ற சொற்றொடர் வருகிறது. நாவலின் தலைப்பிற்குப் பொருள் தேட மெனக்கெட வேண்டியிருந்தது, நீரின் தன்மையை நிகர்த்து இருத்தல் என்பதாகும், நீரின் தன்மை என்ன? தூய்மை செய்வது ஆகும்.

கங்கை நீரில் மூழ்கி எழுந்தால் பாவ விமோசனம். கிறிஸ்தவ மதத்திலும் ஞானஸ்நானத்திற்கு நீர் பயன்படுகிறது. நீருக்குப் புனிதத் தன்மை இருக்கிறது என்பது நம்பிக்கை.

இந்த நாவலும் நீரின் தன்மையோடு வாழும் மனிதர்களைப் பற்றிப் பேசுகிறது. குற்றம் பார்க்கின் சுற்றம் இல்லை என்பதை அடிப்படையாகக் கொண்டது.

இந்த நாவல் ஒரு வகையான தன் வரலாற்று நாவல். கதாசிரியரே இந்நாவலில் தன் வாழ்க்கையைப் பற்றிப் பேசியிருக்கிறார். அதில் ராஜா என்ற பெயருடன் ஒரு பாத்திரமாக வருகிறார். நாவலாசிரியர் தேவிபாரதியின் இயற்பெயர் ராஜசேகர் அல்லவா! மேலும் நாவல் தன்னிலையில் சொல்லப்பட்டிருக்கிறது.

நாவலில் வரும் முக்கிய பாத்திரங்கள் இயற்பெயருடன் வருகின்றன. ராஜாவின் அம்மா பெயர் முத்தம்மாள். முத்து என்று பாத்திரத்தின் பெயர் வருகிறது

நாவலில் வரும் பாத்திரங்களின் பெயர்கள் நாவலாசிரியரின் உறவுகளின் அடிப்படையில் இடம் பெறுகின்றன.

காருமாமா கதாசிரியரின் தாயின் சகோதரர், தாயின் சகோதரிகள் பெரியம்மா, சின்னம்மா என்று அழைக்கப்படுகிறார்கள். முத்தையன் வலசு பெரியப்பா ஒரு பெரியம்மாவின் கணவர். இப்படி பாத்திரங்கள் உறவு முறைகளோடு வருகின்றன. இதுவே நாவலுக்கு ஓர் ஆழத்தைத் தருகிறது.

ஈரோட்டுக்கு அருகிலுள்ள உடையாம்பாளையம், நாச்சிப்பாளையம், ரங்க பாளையம், தாராபுரம், வெள்ளக்கோவில் போன்ற ஊர்களே நாவலின் களமாக அமைகிறது.

அழிந்துப்பட்ட உடையாம் பாளையத்தின் குடிநாவிதராக காரு மாமா இருக்கிறார். நாவித சிறுகுடி மக்களின் வாழ்க்கைப் பின்னணியில் காரு மாமா என்ற அந்த மனிதனின் வீழ்ச்சியை நாவல் விவரிக்கிறது.

காரு மாமாவின் வீழ்ச்சி என்பது அவர் அனாதையாக சாவதுதான். அவருடைய மனைவி ராசம்மா இரண்டு குழந்தைகளுடன் ஒரு செட்டியாருடன் ஓடிப் போய் விடுகிறார்.

உடையாம்பாளையம் என்ற ஊரில் வாழும் பண்ணையகாரர்களுக்கு வீட்டிற்குச் சென்று முடிதிருத்தம், முகச் சவரம் செய்வது, பண்ணையகாரர்களுக்கு கை, கால் பிடித்து விடுவது, குற்றேவல் செய்வது, திருமணம், இழவு காரியங்களில் உதவுவது இவையே

அவ்வூரில் வாழும் இரண்டு நாவிதர்களான காரு மாமா, முத்தையன் வலசு பெரியப்பா இவர்களின் கடமையாக இருக்கிறது. இவர்களுக்குக் கூலியாக தானியமும் சிறிதளவு பணமும் கிடைக்கின்றன.

காரு மாமாவின் பண்ணையகாரர்கள் நாவிதன் மீது பெரும் நம்பிக்கை வைத்திருப்பவர்கள். கடினமான நேரங்களில் அவருக்கு உதவுபவர்கள்.

காரு மாமா தன் சகோதரிகளைப் பாதுகாத்து வளர்த்தவர். அவர்களுக்குத் திருமணம் செய்து வைத்தவர். அண்ணனும் தங்கைகளும் சிவாஜி-சாவித்திரி போல் பாசமலர்கள்.

காரு மாமாவிற்குக் காக்கா வலிப்பு நோய் உண்டு. குடும்பத்தை இழந்த அவர் மனநிலைப் பிறழ்வுக்கு உள்ளாகிறார். காரு மாமாவைப் பராமரிக்க சகோதரிகள் படும் பாட்டை நாவல் சொல்லுகிறது.

நீர் வழிப் படூஉம் கதை காரு மாமா வீட்டில் இறந்து கிடப்பதிலிருந்து தொடங்குகிறது. காரு மாமாவின் உயிர் போகும் போது வீட்டில் யாருமில்லை. 'அனாதை போல் சாக வேண்டிய நிலைமையா உனக்கு' என்று சகோதரிகள் கதறுகிறார்கள்.

பெரியப்பா, பெரியம்மா, அம்மாவின் முயற்சியால் காரு மாமாவின் உடல் காடு போய் சேரும் சடங்கு கொண்டாட்டமாக மாறிவிடுகிறது. இந்த முக்கிய நிகழ்வின் ஊடாக ஒரு குடும்பத்தின் கதை பேசப்படுகிறது என்று சொல்லலாம்.

அந்தக் கதை என்பது வறுமை போல் போராட்டம் சூழ்ந்தது. அந்நிலையிலும் அன்பும் பாசமும் வாழ்க்கையில் இழையோடிக் கிடப்பதை, ஒருவருக்கொருவர் மன்னித்தும் பொறுத்தும் வாழ்வதை மேன்மையான செய்தியாக இந் நாவல் சொல்லுகிறது.

இந்நாவலின் முக்கிய திருப்பம் காரு மாமாவின் மனைவி ராஜம்மா வீடு திரும்புகிறார். அவர் தாலியறுத்துக் கொள்வதற்காக வருகிறார்.

செட்டி அவளை ஆறு மாதத்தில் கைவிட்டு விடுகிறான். காரு மாமா உயிரோடு இருக்கும் போது மனைவியையும் பிள்ளைகளையும் ஊர் ஊராகத் தேடியலைந்தார். ஆனால் அவர்கள் அவர் கண்ணில் படவில்லை. 10 ஆண்டுகளுக்கும் மேலாக வறுமையில் வதங்கி

கருவாடாக ராஜம்மா ஊர் திரும்புகிறாள். மகன் சுந்தரம் தாராபுரத்தில் கூலி வேலை செய்கிறான். மகள் ஈஸ்வரி குமரியாகி விட்டாள். அவள் ராஜாவின் முறைப்பெண்.

ஊர் திரும்பியிருந்த ராஜம்மா கணவனுக்குச் செய்த துரோகத்தை எல்லோரும் (நீரின் தன்மை போல்) மன்னித்து விடுகிறார்கள்.

நாவலின் இறுதி கட்டம் முக்கியமானது. காரு மாமாவுக்கு நடந்த காரியத்திற்குப் பிறகு தாயம் விளையாடுகிறார்கள். தாயக் கட்டைகள் மாமா வைத்திருந்தது.

ராஜாவின் அம்மா முத்துவும், ராஜம்மாவும் ஜோடி சேர்ந்து விளையாடுகிறார்கள். எதிர் ஜோடியை வெல்ல அவர்களுக்கு இரண்டு விழ வேண்டும்.

ராஜம்மாவின் கையில் தாயக் கட்டைகள். இரண்டு போட்டால் ஈஸ்வரியை மருமகளாக ஏற்கிறேன் என்றாள் முத்து.

ராஜம்மா தாயக் கட்டைகளின் மீது தன் முழு வாழ்வையும் பணயம் வைத்து உருட்டி வீசினாள்.

இரண்டு விழுந்ததா? கதாசிரியர் சொல்லவில்லை.

'எங்கள் ராஜம்மா அத்தை...' என்று நாவல் முடிகிறது.

'க்ளைமாக்ஸ்' 'சஸ்பென்ஸோ' முடிவது மனதைத் தொடுகிறது.

வாழ்க்கை கதையில் ஒளிர்கிறது என்பதை நீர்வழிப் படூஉம் அழகாகச் சொல்லியிருக்கிறது.

▼